NHU MÌ VÀ KHIÊM NHƯỜNG

Tấm Lòng Của Đấng Christ Đối Với Tội Nhân Và Người Đang Đau Khổ

Dane Ortlund

Bản dịch tiếng Việt: **Văn Phẩm Hạt Giống**

reSource Leadership International

Originally published in English under the title
Gentle and Lowly: The Heart of Christ for Sinners and Sufferers
Copyright © 2020 by Dane C. Ortlund
Published by Crossway
a publishing ministry of Good News Publishers
Wheaton, Illinois 60187, U.S.A.
This edition published by arrangement with Crossway.
All rights reserved.

Bản dịch bản quyền © 2021 reSource Leadership International for Theological Education.

Bản dịch tiếng Việt: Văn Phẩm Hạt Giống

Thiết kế bìa: Hoàng Bảo Trân

ISBN: 978-1-988990-61-3

Mục lục

Nhu mì và khiêm nhường ra đời từ ngòi bút của một người không chỉ nhận được ích lợi từ các tác phẩm của Thanh giáo, mà quan trọng hơn là của một người đã đọc Kinh thánh dưới sự dưỡng dục của Thanh giáo. Một quyển sách mỏng không bao giờ đủ để chuyển tải tất cả hào quang trong bản tính Đấng Christ, nhưng quyển sách này đã khéo léo tỏ bày điều chúng ta thường bỏ qua: sự hiền hòa và khiêm nhu của Đấng Christ và sự an nghỉ cho những người mệt mỏi, nặng nề. Được viết bằng sự hiền lành của người chăn bầy và vẻ đẹp âm thầm, quyển sách rút ra điều mà hai mươi bản văn Kinh thánh góp phần vẽ nên bức chân dung tấm lòng của Đấng Christ, tất cả kết hợp với nhau đem lại sự an ủi, sức mạnh và sự yên nghỉ cho tín nhân.

D. A. Carson, Giáo sư danh dự môn Tân Ước, Trinity Evangelical Divinity School; người đồng sáng lập trang web The Gospel Coalition

Trong tác phẩm được ra đời thật đúng lúc này, Dane Ortlund hướng sự chú ý của chúng ta trở về với thân vị của Chúa Giê-xu. Đặt trọng tâm trên Kinh thánh và đúc rút những điều đẹp đẽ nhất từ truyền thống Thanh giáo, Ortlund giúp chúng ta nhìn thấy tấm lòng của Đức Chúa Trời được tỏ bày cho chúng ta qua Đấng Christ. Ông không chỉ nhắc chúng ta nhớ lại những lời hứa về sự yên nghỉ và an ủi, mà còn về nhãn quan của Kinh thánh về Chúa Giê-xu: một vị Vua nhân hậu và tử tế.

Russell Moore, Chủ tịch, The Ethics & Religious Liberty Commission of the Sourthern Baptist Convention.

Tựa đề quyển sách này ngay lập tức khơi dậy trong tôi cảm giác thuộc về, hy vọng và biết ơn. Thông điệp của sách tựa như một thức dầu xoa dịu từng tấm lòng đau nhức vì tội lỗi hay nỗi buồn - bên trong hoặc bên ngoài. Đó là lời mời gọi kinh nghiệm những sự an ủi ngọt ngào của một Cứu Chúa đến với chúng ta bằng sự dịu dàng và ân điển, khi chúng ta biết chúng ta chỉ xứng đáng nhận từ Ngài điều ngược lại.

Nancy DeMoss Wolgemuth, tác giả; Teacher and Host, **Revive Our Hearts**

Cuộc đời tôi được thay đổi bởi những lẽ thật gây sửng sốt nhưng đẹp đẽ trong quyển sách này. Dane Ortlund giúp chúng ta ngước mắt lên để nhìn thấy tấm lòng đầy thương xót của Đấng Christ dành cho tội nhân và những người đang đau khổ, chứng tỏ Chúa Giê-xu không phải là một cứu chúa miễn cưỡng nhưng là Đấng vui lòng thể hiện lòng thương xót. Với những ai đang khốn khổ, mệt mỏi hay trống rỗng, quyển sách này là thứ dầu xoa thật dễ chịu.

Michael Reeves, Hiệu trưởng và Giáo sư Thần học, Union School of Theology, Oxford, UK.

Trên con đường gồ ghề đầy sỏi đá và thường là mù mịt giữa điều "đã biết" và điều "chưa đến", tấm lòng mệt mỏi của bạn không cần điều gì khác hơn là nhìn biết vẻ đẹp tấm lòng của Chúa Giê-xu. Chính vẻ đẹp đó có sức mạnh lấn át tất cả những điều xấu xí bạn sẽ gặp trên đường đi. Tôi chưa từng đọc quyển sách nào bày tỏ tấm lòng của Đấng Christ một cách cẩn thận, thấu đáo và dịu dàng hơn những gì Dane Ortlund đã viết ở đây. Tựa như đang lắng nghe một bản giao hưởng tuyệt vời, tôi lấy làm xúc động theo nhiều cách khác nhau ở nhiều phân đoạn Kinh thánh khác nhau, nhưng vẫn cảm thấy mình thật có phước vì biết rằng điều đang được mô tả chính là tấm lòng của Đấng Cứu Thế, Chúa của tôi, Người bạn và là Đấng Cứu chuộc tôi. Tôi không nghĩ rằng có ai đó trong gia đình Đức Chúa Trời lại không nhận được nhiều sự giúp đỡ khi dành thời gian nhìn xem tấm lòng của Chúa Giê-xu qua đôi mắt của người dẫn đường tài ba như Ortlund.

Paul David Tripp, Chủ tịch Paul Tripp Ministried; tác giả quyển *New Morning Mercies* và *My Heart Cries Out.*

Người Thanh giáo biểu lộ thói quen lấy Đấng Christ làm trọng tâm: họ xem Kinh thánh như dây an toàn, vận dụng Kinh thánh như tập luyện cho cơ bắp, và lệ thuộc vào Kinh thánh như chiếc áo chống đạn. Họ biết cách ghét tội mà không ghét bản thân vì họ hiểu rằng ân điển của Đấng Christ là một thân vị toàn tại, một thân vị hiểu hoàn cảnh và nhu cầu của chúng ta hơn chúng ta hiểu. Họ hiểu rằng chúng ta khốn khổ vì tội lỗi. Dane Ortlund tài tình vận dụng kho báu được tìm thấy từ sự uyên thâm của Thanh giáo và khéo léo giới thiệu cho độc giả Cơ Đốc. Hãy đọc quyển sách này và nguyện xin Thánh Linh bày tỏ Đấng Christ cho bạn như cách người Thanh giáo hiểu về Ngài, rồi bạn sẽ trở nên tỉnh táo để hiểu ân điển Chúa theo cách hoàn toàn mới mẻ.

Rosaria Butterfield, Cựu giáo sư Anh ngữ của Syracuse University; tác giả quyển *The Gospel Comes with a House Key*

Anh ấy mạnh mẽ đến nỗi không thể nhẹ nhàng được". Lời thoại của bộ phim ngày xưa không chỉ là một câu nói bâng quơ khi chúng ta xem xét tính chính xác về mặt thần học và tấm lòng người chăn bầy của Dane Ortlund khi ông mô tả tấm lòng của Chúa dành cho những người yếu đuối, mệt mỏi, đau đớn vì tội lỗi và tuyệt vọng. Những hiểu biết sâu sắc trong quyển *Nhu mì và Khiêm nhường* thật sự là dòng sông nhân từ tuôn ra từ ngai Đức Chúa Trời, qua những vị mục sư vĩ đại trong quá khứ, để chảy vào mục vụ quý báu và có ảnh hưởng lớn ngày hôm nay.

Bryan Chapell, Mục sư quản nhiệm Hội thánh Trưởng lão Ân điển, Peoria, Illinois

Chỉ đọc một vài trang thôi tôi đã nhận ra quyển sách này thật khác lạ và cần thiết là dường bao - đó là sự phơi bày chính tấm lòng của Đấng Christ. Kết quả là một quyển sách khiến chúng ta kinh ngạc về tình yêu dư dật và lớn lao của Ngài đối với chúng ta. Vừa hấp dẫn vừa đem lại sự chữa lành, đây thật sự là một trong những quyển sách hay nhất mà tôi từng đọc.

Sam Allberty, Nhà biện giáo và diễn giả thuộc Ravi Zacharias International Ministries; tác giả quyển *7 Myths about Singleness*

Dane Ortlund viết về điều dường như quá tốt lành đến nỗi khó tin đó là sự thật – Chúa yêu thích bày tỏ lòng thương xót với bạn và tôi - vì vậy, ông nghiên cứu rất cẩn thận những phân đoạn Kinh thánh quan trọng và nhờ đến sự giúp đỡ của các thánh thơ xưa. Tôi bị thuyết phục và mong chờ lại tiếp tục bị thuyết phục nữa.

Ed Welch, Nhà tư vấn và Thành viên của Christian Counseling &
Educational Foundation

Dane Ortlund dẫn chúng ta vào chính tấm lòng của Đức Chúa Trời
nhập thể - không chỉ điều Chúa Giê-xu đã làm cho chúng ta, mà còn
tình cảm mà Ngài dành cho chúng ta. Đúng vậy: tình cảm dành cho
chúng ta. Neo chặt vào Kinh thánh và đúc rút dựa trên nhà thần học
Thanh giáo Thomas Goodwin, quyển sách này là liều thuốc cho những
tấm lòng tan vỡ.

Michael Horton, J. Gresham Machen, Giáo sư Thần học hệ thống và
Biện giáo của Chủng viện Wesminster California.

Dane Ortlund giúp chúng ta tái khám phá tấm lòng của Chúa Giê-xu,
cũng chính là trọng tâm của Phúc Âm. Quyển sách thú vị này mở ra
tình yêu tuyệt đối bao la dịu dàng của Chúa Giê-xu dành cho chúng ta.
Khi bạn đắm mình trong chính tấm lòng của Đấng Christ, bạn sẽ thấy
lòng mình được sưởi ấm bằng ngọn lửa yêu thương của Ngài. Ortlund
mở ra một chủ đề bị lãng quên giữa vòng người Thanh giáo (với những
phần nho nhỏ vừa đủ để không làm bạn choáng ngợp), ở đó bạn sẽ
khám phá hiểu biết của họ về tình yêu của Chúa Giê-xu. Tâm hồn bạn
cần quyển sách này. Tôi chân thành giới thiệu cùng bạn.

Paul E. Miller, tác giả quyển *A Praying Life* và *J. Curve:
Dying ang Rising with Jesus in Everyday Life*

Tặng Hope
Lu-ca 18:16

Như cha chăm sóc, thứ tha
Mỏng manh, yếu đuối - ta trong mắt Ngài
Dịu dàng bồng ẵm ta hoài
Cứu ra khỏi bẫy thù ngoài thù trong.
H.F. Lyte, 1834

Giới Thiệu

Đây là quyển sách nói về tấm lòng của Đấng Christ. Ngài là ai? Ngài *thật sự* là ai? Điều tự nhiên nhất đối với Ngài là gì? Điều cháy bỏng bên lồng ngực Ngài là gì khi Ngài đến với tội nhân và những người đang đau khổ? Điều gì tuôn ra từ Ngài cách tự do nhất, bản năng nhất? Ngài *là* ai?

Quyển sách này được viết cho những người đang chán nản, thất vọng, người mệt mỏi, người không còn hứng thú, người nghi ngờ và cảm thấy trống rỗng. Những người không còn chút năng lượng nhưng vẫn phải gắng gượng. Những người cảm thấy đời sống Cơ Đốc lúc nào cũng như phải chạy ngược lên một chiếc thang cuốn đang đi xuống. Những ai trong chúng ta nghĩ rằng "Không hiểu sao tôi lại làm rối tung rối mù lên như vậy?" Cuốn sách này dành cho nỗi nghi ngờ ngày càng tăng rằng Chúa đã hết kiên nhẫn đối với mình rồi. Cho những ai trong chúng ta biết Chúa yêu mình nhưng lại nghĩ mình đã làm cho Ngài vô cùng thất vọng. Cho những người nói với người khác về tình yêu của Chúa nhưng bản thân lại thắc mắc liệu Chúa có nuôi dưỡng chút oán giận nào đối với mình không. Cho những người tự hỏi liệu chúng ta có để cho cuộc đời mình đắm chìm không phương cứu chữa chăng. Cho những ai tin chắc rằng chúng ta đã vĩnh viễn làm giảm giá trị của mình trước mặt Chúa. Cho những người không thể nhấc bàn chân lên được bởi nỗi đau và thắc mắc làm sao chúng ta có thể tiếp tục sống dưới bóng tối làm chúng ta tê liệt như vậy. Cho những người nhìn cuộc đời mình và biết cách giải thích các dữ liệu chỉ nhờ kết luận rằng về cơ bản Đức Chúa Trời rất chi li, bủn xỉn.

Nói cách khác, sách được viết cho những Cơ Đốc nhân bình thường. Tóm lại, sách dành cho tội nhân và những người đang đau khổ. Chúa Giê-xu thấy thế nào về họ?

Có thể có người sẽ nhướng mày. Chúng ta có đang nhân tính hóa Chúa Giê-xu quá mức không khi nói về tình cảm của Ngài theo cách này? Ở một góc độ khác, tấm lòng của Đấng Christ liên hệ thế nào đến giáo lý Ba Ngôi – Đấng Christ liên hệ với chúng ta có khác với Cha hay Thánh Linh liên hệ với chúng ta không? Hay chúng ta đã không quân bình khi hỏi điều cốt lõi nhất đối với bản chất của Đấng Christ là gì? Tình thương của Ngài liên hệ thế nào đến cơn thịnh nộ của Ngài? Rồi tình thương của Ngài hòa hợp thế nào với điều chúng ta tìm thấy trong Cựu Ước và trong chân dung của Ngài trong Cựu Ước?

Những câu hỏi này không chỉ chính đáng mà còn cần thiết nữa. Vì vậy, chúng ta sẽ bàn luận đến chúng với sự thận trọng về phương diện thần học. Nhưng cách an toàn nhất để giữ tính chính xác về thần học là bám sát theo bản văn Kinh thánh. Và chúng ta sẽ hỏi Kinh thánh nói gì về tình thương của Đấng Christ, Kinh thánh nghĩ gì về sự vinh quang của tình yêu Thiên Chúa đối với cuộc đời đầy thăng trầm của chúng ta.

Nhưng chúng ta không phải là người đầu tiên đọc Kinh thánh, cũng không phải là người thông minh nhất. Xuyên suốt lịch sử hội thánh, Đức Chúa Trời đã dấy lên những giáo sư có sự hiểu biết sâu sắc và tài năng đặc biệt để dẫn những người còn lại như chúng ta vào đồng cỏ xanh tươi và mé nước bình tịnh của lẽ thật Đức Chúa Trời là ai qua Đấng Christ. Ta sẽ đặc biệt tập trung vào một giai đoạn lịch sử, giai đoạn Đức Chúa Trời ban những giáo sư Kinh thánh sắc bén ấy là nước Anh những năm 1600 và thời kỳ của Thanh giáo. Quyển sách nói về tình thương của Đấng Christ này sẽ không tồn tại nếu tôi không tình cờ gặp những người Thanh giáo, nhất là Thomas Goodwin. Chính Goodwin hơn ai hết là người đã mở mắt tôi để nhìn thấy qua Đấng Christ, Đức Chúa Trời là ai đối với những tội nhân hay thay đổi, theo cách tự nhiên và dễ dàng nhất. Nhưng Goodwin và những người khác được nêu lên trong sách này, như là Sibbes và Bunyan cũng chỉ là những ống dẫn chứ không phải nguồn. Kinh thánh mới chính là nguồn. Họ chỉ cho chúng ta thấy một cách sâu sắc và rõ ràng điều Kinh thánh đang nói với chúng ta Đức Chúa Trời thật sự là ai.

Và vì vậy, chiến lược của quyển sách này sẽ chỉ là lấy một phân đoạn Kinh thánh hoặc một chút lời dạy của người Thanh giáo hay người khác và suy ngẫm điều đang được nói đến về tình thương của Đức Chúa Trời và của Đấng Christ. Chúng ta sẽ suy nghĩ về tiên tri Ê-sai và Giê-rê-mi, sứ đồ Giăng và Phao-lô, người theo Thanh giáo như Goodwin, Sibbes, Bunyan và Owen, và những người khác như Edwards, Spurgeon và Warfield, rồi sẵn sàng đón nhận điều họ nói với chúng ta về tình thương của Đức Chúa Trời và của Đấng Christ. Câu hỏi chủ đạo là: Ngài *là* ai? Sẽ có sự tiến triển khá tự nhiên xuyên suốt sách, từ chương này đến chương khác, dù không phải theo kiểu xây dựng lý lẽ hợp lý mà là nhìn vào một viên kim cương là tình thương Đấng Christ từ nhiều góc cạnh khác nhau.

Hỏi Đấng Christ đã làm gì là một chuyện. Có nhiều quyển sách hay về đề tài này. Đọc *The Cross of Christ (Thập Tự Giá của Đấng Christ)* của Stott[1], hay Pierced for Our Trangressions của Jeffery, Ovey và Sach[2], hay *Christ Crucified* của Macleod[3], hoặc bài viết có ảnh hưởng sâu rộng của Packer vào năm 1974;[4] hoặc hàng tá nghiên cứu lịch sử hoặc đương đại đáng tin cậy khác. Chúng ta đang xem xét Ngài là ai. Hai vấn đề được kết hợp với nhau và thật sự phụ thuộc lẫn nhau. Nhưng chúng riêng biệt. Phúc Âm không chỉ cho chúng ta sự chuộc tội hợp pháp - một lẽ thật quý báu bất khả xâm phạm- mà còn kéo chúng ta vào chính tấm lòng của Đấng Christ. Có thể bạn biết rằng Christ đã chết và sống lại vì bạn để tha thứ mọi tội lỗi của bạn; nhưng bạn có biết tình yêu thương lớn lao của Ngài dành cho bạn không? Bạn có sống với nhận thức không chỉ về việc chuộc tội của Ngài vì tình trạng tội lỗi của bạn, mà cả tấm lòng khao khát của Ngài bất chấp tình trạng tội lỗi của bạn không?

Một người vợ có thể nói với bạn nhiều điều về chồng của cô ấy - chiều cao, màu mắt, thói quen ăn uống, trình độ giáo dục, công việc làm, sự tháo vát trong gia đình, người bạn thân nhất của anh ấy, những sở thích của anh ấy, sơ lược tính cách anh ấy theo Myers-Briggs (theo

---

[1]John R. W. Stott, *The Cross of Christ* (Downers Grove, IL: InterVarsity Press, 1986).

[2]Steve Jeffery, Michael Ovey và Andrew Sach, *Pierced for Our Trangressions: Recovering the Glory of Penal Substitution* (Wheaton, IL:Crossway, 2007).

[3]Donald Macleod, *Christ Crucified: Understanding the Atonement* (Doweners Grove, IL: InterVarsity Press, 2014).

[4]J. I. Packer, "What Did the Cross Achieve? The Logic of Penal Substitution," *Tyndale Bulletin* 25 (1974): 3–45.

mẫu cá tính DISC - ND), đội bóng anh ấy yêu thích. Nhưng cô ấy làm sao để diễn tả ánh mắt của anh dành cho cô khi ngồi đối diện nhau trong bữa ăn tối tại nhà hàng mà yêu thích. Cái nhìn đó nói lên nhiều năm tháng của một tình bạn ngày càng sâu đậm, của hàng ngàn cuộc trò chuyện và tranh cãi mà họ đã trải qua, của cái ôm đầy trìu mến dù có chuyện gì xảy ra. Ánh nhìn ngay lúc đó nói lên sự bảo vệ đầy yêu thương của anh ấy rõ hơn hàng ngàn từ ngữ phải không? Tóm lại, cô ấy có thể nói gì với người khác về *tình yêu* của chồng dành cho cô ấy?

Mô tả điều chồng bạn nói và làm, dáng vẻ của chàng là một chuyện. Còn mô tả tình yêu của chàng dành cho bạn là một chuyện khác, sâu xa hơn và chân thực hơn.

Với Đấng Christ cũng vậy. Biết giáo lý nhập thể, chuộc tội và hàng trăm giáo lý quan trọng khác là một chuyện. Còn biết tình yêu thương của Ngài dành cho bạn là một chuyện khác.

Ngài là ai?

Chương 1

Tấm Lòng Của Ngài

Ta có lòng nhu mì và khiêm nhường.
Ma-thi-ơ 11:29

Ba tôi chỉ cho tôi thấy điều Charles Spurgeon đã chỉ ra cho ông. Trong bốn ký thuật của Phúc âm Ma-thi-ơ, Mác, Lu-ca và Giăng - gồm tám mươi chín đoạn - chỉ có một chỗ duy nhất Chúa Giê-xu nói cho chúng ta biết về tấm lòng của Ngài.

Chúng ta học được nhiều về sự dạy dỗ của Chúa trong bốn sách Phúc Âm. Chúng ta biết sự ra đời, chức vụ và các môn đồ của Ngài. Chúng ta được kể về những chuyến đi và thói quen cầu nguyện của Ngài. Chúng ta thấy lặp đi lặp lại những bài giảng dài và những sự chống đối của thính giả, Ngài phải dạy dỗ thêm. Chúng ta được biết Ngài hiểu bản thân Ngài phải làm ứng nghiệm toàn bộ Cựu Ước ra sao. Và từ cả bốn ký thuật chúng ta biết cuộc bắt giữ bất công, cái chết nhục nhã và sự sống lại đầy kinh ngạc của Ngài. Hãy xem hàng ngàn trang sách đã được các nhà thần học viết hơn hai ngàn năm qua về những việc này.

Nhưng chỉ duy một chỗ - có lẽ là những lời lẽ đẹp đẽ nhất từng được thốt ra từ môi miệng con người - chúng ta nghe chính Chúa Giê-xu chia sẻ với chúng ta về tấm lòng của chính Ngài:

Hỡi những ai mệt mỏi và gánh nặng, hãy đến với Ta, Ta sẽ cho các ngươi được an nghỉ. Ta có lòng nhu mì, khiêm nhường; hãy gánh lấy ách của

Ta và học theo Ta thì linh hồn các ngươi sẽ được an nghỉ. Vì ách Ta dễ chịu và gánh Ta nhẹ nhàng. (Mat 11:28–30)[1]

Ở một chỗ duy nhất trong Kinh thánh nơi Con Đức Chúa Trời kéo bức màn xuống để cho chúng ta nhìn sâu vào cốt lõi của bản chất của Ngài ấy, nó không nói với chúng ta rằng Ngài "hà khắc và khắt khe". Nó không nói với chúng ta rằng Ngài "cao quý và đáng tôn". Thậm chí nó cũng không bảo rằng Ngài "có lòng vui vẻ và rộng rãi". Khi Chúa Giê-xu tự nói về mình, thì lời Ngài tự nhận về mình làm ta kinh ngạc đó là Ngài "có lòng nhu mì và khiêm nhường."

Rõ ràng, khi Kinh thánh nói đến tấm lòng, dù ở Cựu Ước hay Tân Ước, thì Kinh thánh không phải nói đến đời sống tình cảm mà thôi, nhưng nói đến trọng tâm náo nhiệt nhất của tất cả những gì chúng ta làm. Đó là điều khiến chúng ta bước ra khỏi giường vào buổi sáng và điều chúng ta mơ mộng khi chìm vào giấc ngủ. Đó là bộ chỉ huy động cơ của chúng ta. Theo ngôn ngữ Kinh thánh, lòng không phải là một phần của con người chúng ta, mà là trung tâm của con người chúng ta. Lòng là nơi định nghĩa và điều khiển chúng ta. Đó là lý do Sa-lô-môn bảo chúng ta phải "giữ tấm lòng của con hơn hết, vì các nguồn sự sống do nơi nó mà ra" (Châm 4:23).[2] Lòng là vấn đề sự sống. Đó là nơi khiến chúng ta trở thành con người như mỗi một chúng ta ngày nay. Lòng điều khiển mọi việc chúng ta làm. Đó là bản chất của chúng ta.[3]

Và khi Chúa Giê-xu nói cho chúng ta biết điều làm cho Ngài sống động nhất, điều chân thật nhất về Ngài - khi Ngài phơi bày những ngõ ngách sâu kín nhất của mình - thì điều chúng ta thấy được đó là: nhu mì và khiêm nhường.

---

[1]Mat 11:29 là câu Kinh thánh mà nhà cải chánh người Đức Philip Melanchthon yêu thích. Herman Bavinck "John Calvin: A Lecture on the Occasion of His 400th Birthday". Trans. John Bolt, *The Bavinck Review* 1 (2010): 62.

[2]John Flavel, một người Thanh giáo khác, đã dành cả một luận án để viết về câu này và về những chiến lược gìn giữ tấm lòng: John Flavel, *Keeping the Heart: How to Maintain Your Love for God* (Fearn, Scotland: Christian Focus, 2012).

[3]Bài phân tích xuất sắc liên quan đến sự dạy dỗ về tấm lòng của Kinh thánh theo ý này là Craig Troxel, *With All Your Heart: Orienting Your Mind, Desires, and Will toward Christ* (Wheaton, IL:Crossway, 2020).

Ai có thể nghĩ ra được một Cứu Chúa như thế?

"Ta có lòng nhu mì..."

Từ ngữ Hy Lạp được dịch là "nhu mì" ở đây chỉ xuất hiện ba lần khác trong Tân Ước: trong phước lành đầu tiên, "kẻ *nhu mì*" sẽ hưởng được đất (Mat 5); trong lời tiên tri ở Ma-thi-ơ 21:5 (trích dẫn Xa 9:9) rằng Vua Giê-xu "đến với ngươi, *khiêm tốn* và cưỡi lừa"; và trong lời Phi-e-rơ khích lệ những người vợ hãy trau dồi "con người bề trong thầm kín bằng vẻ đẹp không phai tàn của tâm thần *dịu dàng*, yên lặng" hơn bất kỳ điều gì khác (1 Phi 3:4). Nhu mì. Khiêm nhường. Dịu dàng. Chúa Giê-xu không phải người hiếu chiến. Không cay nghiệt. Không phản động. Không dễ điên tiết. Ngài là người cảm thông nhất trên đời. Tư thế tự nhiên nhất của Ngài không phải là đứng chỉ tay mà là vòng tay dang rộng.

"...và khiêm nhường"

Nghĩa của từ "khiêm nhường" trùng lặp với nghĩa của từ "nhu mì", cả hai từ kết hợp lại truyền tải một sự thật về tấm lòng của Chúa Giê-xu. Nói chung, trong Tân Ước, từ *khiêm nhường* được còn dịch là "khiêm ti", "khiêm tốn", chẳng hạn trong Gia-cơ 4:6 "Đức Chúa Trời chống cự kẻ kiêu ngạo, nhưng ban ân điển cho người *khiêm nhường*". Nhưng xuyên suốt Tân Ước, thường thì từ Hy Lạp này không ám chỉ đức tính khiêm nhường mà khiêm nhường với nghĩa thấp kém hay bị đẩy xuống bởi hoàn cảnh sống (cũng là cách từ Hy Lạp này thường được dùng xuyên suốt các bản dịch Cựu Ước tiếng Hy Lạp, đặc biệt trong các thi thiên). Ví dụ, trong bài ca của Ma-ri khi đang mang thai Chúa Giê-xu, từ này được dùng để nói đến cách Đức Chúa Trời tôn cao những người "khiêm nhường" (Lu 1:52). Phao-lô dùng từ này khi ông nói chúng ta "đừng tự cho mình là khôn ngoan, nhưng hòa mình với *những người thấp kém*" (Rô 12:16), ám chỉ những người không gây ấn tượng gì về mặt xã hội, những người không tạo cảm giác cuốn hút gì trong buổi tiệc mà khiến chủ tiệc phải co lại khi họ xuất hiện.

Ý muốn nói ở đây là Chúa Giê-xu khiêm nhường nên *ai cũng có thể đến gần*. Với tất cả vinh quang rực rỡ và sự thánh khiết đáng kinh ngạc, với tính độc đáo và khác biệt rất lớn, không ai trong lịch sử loài người dễ tiếp cận như Chúa Giê-xu Christ. Không có điều kiện tiên quyết nào phải đáp ứng. Không có những chiếc vòng thử thách để phải nhảy qua. Khi chú giải Ma-thi-ơ 11:29, Warfield đã viết: "Từ cách sống của Ngài, không có ấn tượng nào khắc ghi sâu đậm vào tâm khảm của những người theo Ngài hơn là ấn tượng về sự khiêm nhường cao quý của Ngài trong mọi phương diện".[4] Thanh chắn tối thiểu để được vòng tay Chúa Giê-xu mở ra ốm lấy thật đơn giản: trải lòng mình ra với Ngài. Đó là tất cả Ngài cần. Thật vậy, đó là điều kiện duy nhất của Ngài. Câu 28 của Ma-thi-ơ 11 cho chúng ta biết rõ ràng ai đủ tiêu chuẩn để kết bạn với Ngài: "tất cả những ai mệt mỏi và gánh nặng". Bạn không cần phải cởi bỏ gánh nặng hay tự trấn an khi theo Chúa. Chính gánh nặng là điều khiến bạn đủ tiêu chuẩn để đến với Ngài. Không cần phải trả phí, Ngài phán "Ta sẽ *cho* các con được yên nghỉ". Sự yên nghỉ là món quà, không phải một giao dịch. Cho dù bạn đang tích cực vất vả nỗ lực để có cuộc sống dễ dàng ("mệt mỏi") hay thụ động để cho mình bị đè nặng bởi điều gì đó ngoài tầm kiểm soát ("gánh nặng"), thì Chúa Giê-xu đều mong ước bạn tìm được sự an nghỉ, rằng bạn ra khỏi cơn bão, thậm chí bỏ lại cơn bão của chính bạn, để bước vào sự an nghỉ.

"Nhu mì và khiêm nhường". Theo lời chứng của chính Ngài, đây chính là tấm lòng của Ngài. Đây chính là Ngài. Dịu dàng. Cởi mở. Niềm nở. Hay giúp đỡ. Cảm thông. Sẵn lòng. *Nếu chúng ta được yêu cầu chỉ nói một điều về bản tính của Chúa Giê-xu, thì chúng ta sẽ tôn cao sự dạy dỗ của chính Ngài khi chúng ta trả lời là: nhu mì và khiêm nhường.*

Nếu Chúa Giê-xu tạo trang web cá nhân cho mình, thì dòng chữ nổi bật nhất trong mục "Về Tôi" sẽ là: CÓ LÒNG NHU MÌ VÀ KHIÊM NHƯỜNG.

---

[4]B. B. Warfield, *The Person and Work of Christ* (Oxford, UK: Benediction Classics, 2015), 140.

Đây không phải là hình ảnh của Ngài đối với tất cả mọi người, không phân biệt ai cả. Đây là Ngài đối với những ai đến cùng Ngài, mang lấy ách của Ngài, kêu cầu Ngài giúp đỡ. Phần Kinh thánh đứng trước câu này cho chúng ta hình ảnh Chúa Giê-xu đối diện với những kẻ không chịu ăn năn: "Khốn cho ngươi, thành Cô-ra-xin! Khốn cho ngươi, thành Bết-sai-đa!... Ta bảo các ngươi, đến ngày phán xét, Ty-rơ và Sô-đôm sẽ chịu nhẹ hơn các ngươi" (Mat 11:21, 24). "Hiền lành và khiêm nhu" không có nghĩa là "yếu đuối và hời hợt".

Nhưng với kẻ không ăn năn, thì tấm lòng hiền lành, nhu mì của Ngài không bao giờ lung lay bởi những tội lỗi, điểm yếu, những bất an, nghi ngờ, lo lắng cùng thất bại của chúng ta. Vì sự hiền lành nhu mì không phải là một cách Chúa Giê-xu thỉnh thoảng đối xử với người khác. Hiền lành là bản chất của Ngài. Đó là tấm lòng của Ngài. Ngài không thể không hiền lành đối với chính Ngài, cũng như bạn hay tôi không thể thay đổi màu mắt mình, vì đó là bản chất của chúng ta.

Đời sống Cơ Đốc nhân chắc chắn không thể tránh khỏi sự cực nhọc và vất vả (1 Cô 15:10; Phil 2:12–13; Côl 1:29). Bản thân Chúa Giê-xu đã nói rõ điều ấy trong chính Phúc Âm này (Mat 5:19–20; 18:8–9). Lời Ngài hứa trong Ma-thi-ơ 11 là "linh hồn các con được yên nghỉ", chứ không phải "thân thể các con được yên nghỉ". Nhưng mọi sự cực nhọc của người Cơ Đốc đều bắt nguồn từ mối thông công với Đấng Christ hằng sống, Đấng mà sự thật minh định và nổi trội của Ngài là: nhu mì và nhiêm nhường. Ngài khiến chúng ta kinh ngạc và nâng đỡ chúng ta bằng lòng nhân từ vô hạn. Chỉ khi chúng ta đắm mình trong sự nhân từ dịu dàng này thì chúng ta mới có thể sống nếp sống Cơ Đốc như Tân Ước kêu gọi. Chỉ khi chúng ta uống lấy sự nhân từ từ tấm lòng của Christ, thì chúng ta mới để lại mùi hương của thiên đàng bất cứ nơi nào chúng ta đến, và một ngày kia sẽ qua đời sau khi làm thế giới giật mình vì được thấy sự nhân từ của Chúa quá lớn đến độ không thể nào nhét đủ vào cái hộp bằng những gì chúng ta đáng được nhận.

Khái niệm nhân từ đó ở ngay trong phân đoạn Kinh thánh này. Từ được dịch là "dễ chịu" trong câu "ách Ta dễ chịu" của Ngài cần được hiểu cách cẩn thận. Chúa Giê-xu không nói rằng cuộc sống sẽ không có đau đớn hay khó khăn. Đây cũng là từ được dịch là "nhân từ" như ở Ê-phê-sô 4:32 "Hãy cư xử với nhau cách *nhân từ*, dịu dàng" chẳng hạn (xem thêm Rô 2:4). Hãy suy nghĩ điều Chúa Giê-xu đang nói. Ách là cách thanh ngang nặng nề được đặt lên hai con bò để bắt chúng kéo nông cụ ra đồng. Chúa Giê-xu đang nói theo kiểu nghịch lý rằng ách đặt trên các môn đồ chẳng phải là ách gì cả. Vì đó là ách nhân từ. Ai có thể kháng cự ách này? Nó giống như bảo một người đang đuối nước rằng anh phải khoác lên mình sức nặng của chiếc áo phao, để rồi nghe anh ta lắp bắp hét trở lại "Không đời nào! Đừng hòng! Bị chìm trong dòng nước ào ạt như thế này là đủ mệt rồi. Tôi không cần thêm sức nặng của chiếc áo pháo quanh người đâu!" Tất cả chúng ta cũng giống như vậy, xưng Đấng Christ trên môi miệng nhưng tránh né mối tương giao sâu đậm với Ngài, vì không hiểu tấm lòng của Ngài.

Ách của Ngài dễ chịu, còn gánh Ngài thì nhẹ nhàng. Tức là ách của Ngài chẳng phải là ách và gánh của Ngài cũng chẳng nặng nề gì. Khí hê-li cần thiết để bong bóng bay vút lên cao thế nào, thì ách của Chúa Giê-xu cũng cần thiết đối với các môn đồ Ngài như vậy. Chúng ta được gìn giữ trong dòng đời này nhờ sự hiền lành vô tận cùng sự nhu mì vô cùng dễ tiếp cận của Ngài. Ngài không chỉ gặp chúng ta tại chỗ chúng ta cần; Ngài sống trong chỗ chúng ta cần. Ngài không bao giờ thấy mệt khi phải lùa chúng ta vào cái ôm dịu dàng của Ngài. Đó chính là tấm lòng của Ngài. Đó là điều khiến Ngài phải ra khỏi giường vào buổi sáng.

Đây không phải là cách chúng ta nghĩ về Chúa Giê-xu bằng trực giác. Suy ngẫm phân đoạn Ma-thi-ơ 11, vị mục sư Anh quốc già Thomas Goodwin giúp chúng ta leo vào bên trong điều Chúa Giê-xu đang thật sự muốn nói.

> Con người hay có những suy nghĩ trái ngược về Đấng Christ, nhưng trong đoạn Kinh thánh này, Ngài cho họ biết tâm tính của Ngài bằng cách ngăn chặn những ý nghĩ cực đoan về Ngài, để lôi cuốn họ đến với Ngài nhiều hơn. Chúng ta dễ nghĩ rằng bởi vì Ngài thánh khiết đến thế nên Ngài khắc nghiệt và chu ngoa đối với tội nhân và không chịu nổi tội nhân. Nhưng Ngài nói "Không, Ta nhu mì; hiền lành là bản chất và tâm tính của Ta."[5]

---

[5]Thomas Goodwin, *The Heart of Christ* (Edinburgh: Banner of Truth, 2011), 63.

Chúng ta chiếu lên Chúa Giê-xu những thiên hướng lệch lạc về cách thế giới vận hành. Bản chất con người cho rằng càng giàu thì người ta càng dễ xem thường người nghèo. Càng đẹp thì người ta càng bị người xấu xa lánh. Vì không nhận biết điều mình đang làm, nên chúng ta im lặng cho rằng người ở địa vị cao và được tôn trọng thì cũng gặp khó khăn tương ứng trong việc đến gần những người bị xem thường và bất khiết. Chắc chắn chúng ta đồng ý rằng Chúa Giê-xu đến gần chúng ta - nhưng Ngài bịt mũi lại. Rốt cục thì Đấng Christ phục sinh là Đấng "Đức Chúa Trời đã tôn lên rất cao", Đấng mà nghe đến danh Ngài thì mọi đầu gối một ngày kia sẽ quỳ xuống vâng phục cơ mà (Phil 2:9–11). Ấy là Đấng có đôi mắt "như ngọn lửa", tiếng nói "như tiếng nhiều dòng nước", Đấng có "thanh gươm hai lưỡi thật sắc" ra từ miệng và gương mặt "như mặt trời chiếu sáng cực độ" (Khải 1:14–16); nói cách khác, đây là Đấng khôn ngoan xuất chúng không thể tả đến nỗi không ngôn từ nào thích đáng để mô tả sự chói lói rực rỡ của Ngài, Đấng vĩ đại khôn xiết đến nỗi mọi ngôn ngữ đều mờ nhạt trước vẻ huy hoàng lộng lẫy của Ngài.

Đây là Đấng mà hơn bất kỳ điều gì khác, thẳm sâu bên trong Ngài là sự hiền lành và nhu mì.

Goodwin đang nói rằng Đấng Christ cao cả và thánh khiết này không khinh khỉnh khi giơ tay ra chạm đến những tội nhân dơ bẩn và những người đang tê liệt vì đau khổ. Đó chính là điều Ngài yêu thích. Ngài không thể kìm nén. Theo lẽ tự nhiên, chúng ta thường nghĩ đến việc Chúa Giê-xu chạm vào mình chẳng khác nào đứa bé lần đầu tiên giơ tay chạm vào con sên - mặt cau lại, thận trọng giơ cánh tay ra, kêu lên một tiếng ghê tởm khi đụng vào nó và ngay lập tức rút tay lại. Chúng ta hình dung Đấng Christ phục sinh đến gần chúng ta với "thái độ hà khắc và chua chát".

Đó là lý do chúng ta cần có Kinh thánh. Trực giác tự nhiên chỉ có thể cho chúng ta một Đức Chúa Trời giống như chúng ta. Đức Chúa Trời được bày tỏ trong Kinh thánh phá vỡ những điều trực giác ưa thích và khiến chúng ta kinh ngạc bởi Đấng mà những điều tuyệt hảo vô hạn của Ngài tương ứng với sự hiền lành vô hạn. Thật vậy, những đức tính toàn hảo của Ngài *bao gồm cả* sự hiền lành hoàn hảo của Ngài.

Đó là bản chất của Ngài. Đó chính là tình yêu thương của Ngài. Chính Chúa Giê-xu đã nói vậy.

> Hỡi những ai mệt mỏi và gánh nặng, hãy đến với Ta, Ta sẽ cho các ngươi được an nghỉ. Ta có lòng nhu mì, khiêm nhường; hãy gánh lấy ách của ta và học theo Ta thì linh hồn các ngươi sẽ được an nghỉ. Vì ách Ta dễ chịu và gánh Ta nhẹ nhàng.

Chương 2

Tấm Lòng Của Ngài Thể Hiện Qua Hành Động

Đức Chúa Giê-xu thấy đoàn dân đông thì cảm thương.
Ma-thi-ơ 14:14

Điều Chúa Giê-xu tuyên bố bằng lời trong Ma-thi-ơ 11:29, thì chúng ta thấy Ngài cũng nhiều lần chứng minh bằng hành động trong bốn sách Phúc Âm. Ngài như thế nào, thì Ngài hành động như vậy. Ngài không thể hành động khác đi. Cuộc đời Ngài minh chứng cho tấm lòng của Ngài.

- Khi người phung nói "Lạy Chúa, nếu Chúa muốn, Chúa có thể khiến con được sạch." Đức Chúa Giê-xu đưa tay chạm đến người ấy, và phán: "Ta muốn, hãy sạch đi" (Mat 8:2-3). Từ "muốn" trong lời cầu xin của người phung và trong câu trả lời của Chúa Giê-xu là từ liệu Hy Lạp, có nghĩa là mong mỏi hay mong ước. Người phung đang hỏi về mong ước thầm kín nhất của Chúa Giê-xu. Và Ngài bày tỏ mong ước thầm kín đó qua việc chữa lành cho ông.
- Khi một nhóm người khiêng người bạn bị bại đến cùng Chúa Giê-xu, Ngài thậm chí không thể chờ họ cầu xin Ngài điều họ muốn Ngài làm - "Đức Chúa Giê-xu *thấy* đức tin của họ thì phán với người bại liệt rằng 'Hỡi con, hãy vững lòng, tội lỗi con đã được tha' " (Mat 9:2). Trước khi họ mở miệng xin giúp đỡ, Chúa Giê-xu đã không thể cầm lòng - những lời bảo đảm và trấn an đã tuôn ra.

- Đi từ làng này đến làng kia, "Ngài thấy những đoàn người đông đảo, [và] Ngài động lòng thương xót, vì họ khốn cùng và bất lực" (Mat 9:36). Vì vậy, Ngài dạy dỗ họ và chữa lành tật bệnh cho họ (Mat 9:35). Chỉ nhìn thấy sự bơ vơ của đám đông thôi cũng đủ thổi bùng lòng thương xót của Ngài.

- Lòng thương xót Ngài xuất hiện như những đợt sóng, hết đợt này đến đợt khác trong chức vụ của Đấng Christ, khiến Ngài chữa lành người bệnh ("...thì cảm thương và chữa lành cho những người bệnh", Mat 14:14), cho họ ăn ("Ta cảm thương đoàn dân này vì họ đã ở với Ta ba ngày, bây giờ không có gì ăn cả", Mat 15:32), dạy dỗ đoàn dân ("...thì cảm thương họ...Ngài bắt đầu dạy dỗ họ nhiều điều", Mác 6:34), và lau ráo nước mắt của người mất đi người thân ("...và động lòng thương xót bà nên phán: "Đừng khóc!", Lu 7:13). Từ Hy Lạp "sự cảm thương" trong tất cả những bản văn này đều là cùng một từ và hầu hết đều mang nghĩa đen chỉ về lòng trắc ẩn hay khí phách của một người – là cách nói cổ xưa để chỉ điều dâng lên trong nơi sâu thẳm của con người.

- Hai lần trong các sách Phúc Âm, chúng ta được biết Chúa Giê-xu đau lòng rồi khóc. Và cả hai lần đều không phải vì đau buồn cho bản thân. Trong cả hai trường hợp đều là nỗi đau buồn vì người khác - một lần là vì Giê-ru-sa-lem (Lu 19:41), còn lần kia là vì người bạn quá cố của Ngài, La-xa-rơ (Giăng 11:35). Nỗi đau sâu kín nhất của Ngài là gì? Là nỗi đau của người khác. Điều gì khiến tim Ngài tan vỡ đến nỗi phải đổ nước mắt? Chính là những giọt nước mắt của người khác.

- Thường chính những người ghê tởm về đạo đức, bị xã hội chửi rủa, những người làm những việc không thể tha thứ và những người không xứng đáng là những người không chỉ tiếp nhận lòng thương xót của Đấng Christ, mà còn là *những người mà Đấng Christ hướng đến*. Theo lời của những kẻ thù ghét Ngài thì Ngài là "bạn của kẻ có tội" (Lu 7:34).

Khi chúng ta xem xét toàn bộ các sách Phúc Âm và xem bức tranh ghép về Chúa Giê-xu được ban cho chúng ta, điều gì nổi bật nhất?

Phải, Ngài là sự ứng nghiệm của những niềm hy vọng và mong ước của Cựu Ước (Mat 5:17). Phải, Ngài là Đấng mà sự thánh khiết của Ngài khiến ngay cả bạn hữu Ngài cũng phải ngã xuống vì sợ hãi khi nhận thức tình trạng tội lỗi của họ (Lu 5:8). Phải, Ngài là người thầy vĩ đại mà thẩm quyền của Ngài vượt xa thẩm quyền của những tiến sĩ tôn giáo thời đó (Mác 1:22). Bớt đi bất kỳ điều nào trong những điều này là bước ra ngoài niềm tin chính thống sống còn của lịch sử. Nhưng dòng lưu ý nổi bật vẫn còn vang vọng trong tai chúng ta sau khi đọc các sách Phúc Âm, chi tiết lôi cuốn và sống động nhất của bức chân dung ấy là cách Con Thánh của Đức Chúa Trời hướng đến, rờ chạm, chữa lành, ôm chặt và tha thứ những người ít xứng đáng nhất nhưng lại thật sự ao ước được nhận.

Tín đồ Thanh giáo Rochard Sibbes nói như thế này: "Khi [Đấng Christ] thấy dân chúng khốn khổ, lòng trắc ẩn bên trong Ngài nổi lên; ân điển và thương xót trong Đấng Christ trước tiên đến từ lòng trắc ẩn của Ngài." Tức là "hễ Đấng Christ làm việc gì... Ngài đều làm vì tình yêu thương, vì ân điển và lòng thương xót"- nhưng rồi Sibbes đi một bước sâu hơn – "Ngài hành động từ sâu thẳm bên trong."[1] Chúa Giê-xu như được trình bày cho chúng ta trong các sách Phúc Âm không chỉ là Đấng yêu thương, mà Ngài chính là tình yêu thương; lòng thương xót của Ngài tuôn đổ từ đáy lòng Ngài, như tia nắng ấm phát ra từ mặt trời.

———

Còn mặt khắt khe của Chúa Giê-xu thì sao?

J. I. Packer từng viết rằng "một nửa sự thật giả làm toàn bộ sự thật sẽ trở thành hoàn toàn giả dối."[2] Điều này điểm đặc biệt nhạy khi nói đến sự mặc khải của Kinh thánh về Đấng Christ. Các dị giáo trong lịch sử hội thánh không phải là những cách khắc họa Chúa Giê-xu hoàn toàn trái ngược, mà chỉ là những mô tả thiếu cân bằng. Các tranh luận

---

[1]Richard Sibbes, *The Church's Riches by Christ's Poverty,* trong *The Works of Richard Sibbes,* ed. A.B. Grosart, 7 vols. (Edinburgh: Banner of Truth, 1983), 4:523.

[2]J. I. Packer, *A Quest for Godliness: The Puritan Vision of the Christian Life* (Wheaton, IL: Crossway, 1990). 126.

về Đấng Christ học của những thế kỷ đầu tiên xác nhận tất cả các giáo lý Cơ Đốc căn bản ngoại trừ một yếu tố quan trọng - có khi là nhân tính thật sự của Đấng Christ, có khi là thần tính của Ngài. Khi nói về đến tình thương của Đấng Christ, chúng ta có nguy cơ bỏ qua cơn thịnh nộ của Ngài, khi nhấn mạnh một phương diện của Đấng Christ, chúng ta lại bỏ qua phương diện khác phải không?

Có lẽ đối với nhiều người trong chúng ta, nguy cơ ấy rõ ràng hơn dị giáo. Có thể chúng ta hoàn toàn chính thống về thần học, nhưng vì lý do gì đó, lại bị lôi cuốn vào một phương diện của Chúa Giê-xu nhiều hơn phương diện khác. Một số người trong chúng ta có thể được nuôi dưỡng trong môi trường có những nguyên tắc nặng nề khiến chúng ta thấy ngột ngạt với cảm giác chẳng bao giờ đạt chuẩn. Chúng ta đặc biệt bị lôi cuốn vào ân điển và lòng thương xót của Đấng Christ. Một số khác trong chúng ta có thể lớn lên trong môi trường hết sức lộn xộn, tự do thái quá thì cơ cấu và trật tự của một cuộc sống giới hạn về đạo đức, bắt nguồn từ các mạng lệnh của Đấng Christ lại có thể đặc biệt thu hút. Một số khác nữa bị ngược đãi nặng nề bởi những người lẽ ra phải bảo vệ chúng ta, nên chúng ta khao khát công bằng cùng sự báo thù của thiên đàng và địa ngục để sửa lại mọi điều sai trật.

Khi chúng ta tập trung vào tấm lòng yêu thương của Đấng Christ, làm sao chúng ta bảo đảm rằng mình ngày càng có sự hiểu biết lành mạnh về toàn bộ lời Chúa, qua đó có được khải tượng toàn diện và quân bình về Đấng Christ?

Ba lời bình sẽ được đưa ra ở đây. Thứ nhất, sự thịnh nộ của Đấng Christ và lòng thương xót của Ngài không xung đột nhau, giống như cái bập bênh, đầu này xuống bao nhiêu độ thì đầu kia nâng lên bấy nhiêu độ. Thay vào đó, cả hai cùng lên và xuống. Càng hiểu biết về cơn thịnh nộ công chính của Đấng Christ đối với tất cả những điều ác xung quanh chúng ta và bên trong chúng ta chừng nào, thì chúng ta càng hiểu biết lòng thương xót Ngài chừng nấy.

Thứ hai, khi nói cụ thể đến tình thương của Đấng Christ (và tình thương của Đức Chúa Trời trong Cựu Ước), chúng ta thật sự hoàn toàn không nói về quang phổ thịnh nộ-thương xót. Lòng Ngài là *lòng Ngài.* Khi nói đến tấm lòng của Đấng Christ, không phải chúng ta đang nói đến một thuộc tính bên cạnh các thuộc tính khác. Chúng ta đang hỏi tận trong sâu thẳm Ngài là ai? Điều gì tuôn ra từ Ngài cách tự nhiên nhất?

Thứ ba, khi nói về lòng yêu thương của Đấng Christ đối với tội nhân và người đau khổ, chúng ta chỉ đang cố gắng noi theo lời chứng Kinh thánh. Nói cách khác, nếu chúng ta cảm thấy chân dung của Đấng Christ trong Kinh thánh có sự thiếu cân đối nào, thì chúng ta hãy cứ thiếu cân đối như vậy. Thà theo Kinh thánh còn hơn là "cân xứng" giả tạo.

Trong suốt phần còn lại, chúng ta sẽ quay lại với câu hỏi làm sao để tấm lòng của Đấng Christ hòa hợp với những hành động của Ngài hay với những lời khẳng định có vẻ không khớp với với Kinh thánh. Nhưng chúng ta cần ghi nhớ ba điều trên. Tóm lại: *Ta không thể nào ca tụng quá mức, thổi phồng hay cường điệu tấm tình yêu thương của Đấng Christ.* Lòng Ngài không thể dò được. Nhưng tấm lòng ấy có thể dễ dàng bị làm ngơ hay bị lãng quên. Chúng ta lấy quá sức lực từ tình thương của Ngài. Khi nói đến chính tấm lòng của Chúa Giê-xu, chúng ta sẽ nói đến cả khía cạnh khắc nghiệt hơn. Mục tiêu duy nhất của chúng ta là theo lời chứng trong Kinh thánh khi chúng ta tìm biết Chúa Giê-xu là ai theo cách đáng kinh ngạc nhất.

Và nếu những hành động của Chúa Giê-xu phản chiếu thuộc tính của Ngài cách sâu sắc nhất, thì chúng ta không thể không kết luận rằng chính bản chất sa ngã mà Ngài phải đến để xóa bỏ là điều hấp dẫn không thể cưỡng lại nhất đối với Ngài.

Nói như vậy thì sâu sắc hơn là nói Chúa Giê-xu yêu thương hay thương xót hoặc nhân từ. Lời chứng tổng hợp của bốn sách Phúc Âm là, khi Chúa Giê-xu Christ thấy tình trạng sa ngã của thế gian, thì điều thôi thúc mạnh mẽ nhất, bản năng tự nhiên nhất của Ngài là hướng về tội lỗi và sự đau khổ đó chứ không tránh né.

Một cách để nhìn thấy vấn đề này là đặt nó vào bối cảnh của cách phân loại tinh sạch và không tinh sạch trong Cựu Ước. Theo ngôn ngữ

Kinh thánh, những cách phân loại này thường không nói đến sự tinh sạch vật lý mà là đạo đức. Không thể tách rời một cách hoàn toàn hai khía cạnh này, nhưng sự tinh sạch đạo đức là ý chủ đạo. Điều này được thấy rõ qua việc giải pháp cho tình trạng không tinh sạch không phải là đi tắm mà là dâng tế lễ (Lê 5:6). Vấn đề không phải là bụi bẩn mà là tội (Lê 5:3). Do đó, người Do Thái thời Cựu Ước sống dưới một hệ thống phức tạp của các mức độ không tinh sạch và nhiều của lễ lẫn nghi lễ khác nhau để được trở nên tinh sạch lại về đạo đức. Một khía cạnh đặc biệt nổi bật của hệ thống này là khi một người bị ô uế tiếp xúc với người tinh sạch, thì người tinh sạch trở nên ô uế. Sự dơ bẩn đạo đức có tính lây nhiễm.

Hãy nghĩ đến Chúa Giê-xu. Trong cách xếp loại của dòng dõi Lê-vi, Ngài là người tinh sạch nhất từng bước đi trên mặt đất. Ngài là Đấng Thánh khiết. Hễ điều gì kinh khiếp khiến chúng ta– những người mang bản chất sa ngã và ô uế - co rúm lại thì sẽ khiến Chúa Giê-xu càng co rúm lại hơn nữa. Chúng ta không thể nào đo lường hết sự trong sạch, thánh khiết, tinh sạch tuyệt đối của tâm trí và tấm lòng Ngài. Sự đơn giản, vô tội, đáng yêu.

Và Ngài đã làm gì khi thấy những người bị ô uế? Điều thôi thúc Ngài đầu tiên khi nhìn thấy gái mại dâm và người phung là gì? Ngài tiến đến với họ. Sự thương xót tràn ngập tấm lòng Ngài, nỗi khao khát của lòng trắc ẩn thật. Ngài dành thời gian ở với họ. Ngài rờ đụng họ. Tất cả chúng ta đều có thể chứng thực cho tính nhân đạo của việc rờ chạm. Một cái ôm nồng ấm làm được điều mà những lời chào mừng nồng nhiệt không thể làm được. Nhưng có cái gì đó sâu sắc hơn trong cái rờ chạm vì lòng thương xót của Đấng Christ. Ngài đang đảo ngược hệ thống của người Do Thái. Khi Chúa Giê-xu, Đấng Tinh sạch, chạm vào tội nhân ô uế, Ngài không trở nên ô uế. Nhưng tội nhân lại trở nên tinh sạch.

Chức vụ của Chúa Giê-xu trên đất là phục hồi nhân tính cho những tội nhân không xứng đáng. Chúng ta thường nghĩ về những phép lạ trong các sách Phúc Âm là những gián đoạn trong trật tự tự nhiên. Nhưng thần học gia người Đức Jurgen Moltmann chỉ ra rằng phép lạ không phải là sự gián đoạn trật tự tự nhiên, mà là sự khôi phục trật tự tự nhiên. Chúng ta quá quen với thế giới sa ngã đến nỗi đau ốm, dịch bệnh, đau khổ và sự chết dường như là điều tự nhiên. Thật ra, *chúng* là sự gián đoạn.

> Khi Chúa Giê-xu đuổi quỷ và chữa bệnh, Ngài đang trục xuất khỏi công trình sáng tạo những thế lực hủy diệt, và đang chữa lành cũng như khôi phục những hữu thể bị tổn thương và đau ốm. Uy quyền của Đức Chúa Trời, mà bằng chứng là những sự chữa lành, khôi phục sức khỏe cho công trình sáng tạo. Những sự chữa lành của Chúa Giê-xu không phải phép lạ siêu nhiên trong thế giới tự nhiên. Chúng là điều duy nhất thật sự "tự nhiên" trong một thế giới không tự nhiên, bị quỷ ám và thương tật.[3]

Chúa Giê-xu sống trên đất để tái tạo nhân tính cho những người mất đi nhân tính và làm tinh sạch kẻ không tinh sạch. Vì sao? Vì tấm lòng Ngài không để cho Ngài ngủ nướng. Sự đau buồn chạm trán Ngài trong từng ngôi làng. Vì vậy hễ nơi nào Ngài đến, hễ khi nào đối diện với sự đau đớn và khao khát, thì Ngài lại lan truyền ảnh hưởng tốt lành của lòng thương xót thanh tẩy. Thomas Goodwin có nói "Đấng Christ là tình yêu được che đậy trong xác thịt"[4]. Hãy hình dung điều này. Rút bỏ phần thịt ra khỏi phim Những Bà Vợ Ở Stepford hay Kẻ Hủy Diệt, thì bạn sẽ thấy máy móc; còn rút lại phần thịt ra khỏi Đấng Christ, bạn sẽ thấy tình yêu thương.

Nếu lòng thương xót tự mặc lấy một thân xác con người rồi đi vòng quanh trái đất thì sẽ như thế nào? Chúng ta không cần phải thắc mắc.

———

Nhưng đó là khi Ngài còn sống trên đất. Còn ngày nay thì sao?

Ở đây, chúng ta nhớ lời chứng của Tân Ước rằng "Đức Chúa Giê-xu Christ hôm qua, ngày nay, và cho đến đời đời không hề thay đổi" (Hê 13:8). Đấng Christ đã khóc trước mộ của La-xa-rơ cũng sẽ khóc với chúng ta khi chúng ta cô đơn, tuyệt vọng. Đấng đã giơ tay ra chạm những người bị phong hủi cũng sẽ vòng tay ôm lấy chúng ta hôm nay

---

[3]Jurgen Moltmann, *The Way of Jesus Christ: Christology in Messianic Dimensions*, trans. M. Kohl (Minneapolis: Fortress, 1993), 98. Tương tự Graeme Goldsworthy, *The Son of God and the New Creation*, những bài nghiên cứu ngắn về Thần học Kinh thánh (Wheaton, IL: Crossway, 2015), 43.

[4]Thomas Goodwin, *The Heart of Christ* (Edinburgh: Banner of Truth, 2011), 61.

khi chúng ta bị hiểu lầm và bị loại ra. Cũng Chúa Giê-xu đã giơ tay ra thanh tẩy những tội nhân bẩn thỉu cũng sẽ chạm đến linh hồn chúng ta và nhậm lời cầu xin thương xót không hết lòng của chúng ta bằng sự thanh tẩy phi thường không thể thay đổi của Đấng không thể chấp nhận một giải pháp khác.

Nói cách khác, lòng của Đấng Christ không xa cách mặc dù Ngài hiện ở trên thiên đàng, vì Ngài làm tất cả những việc này thông qua Thần Linh Ngài. Trong chương 13, chúng ta sẽ tập chú vào mối liên hệ giữa lòng của Đấng Christ và Đức Thánh Linh. Còn bây giờ, chúng ta chỉ lưu ý rằng qua Thánh Linh, chính Đấng Christ không chỉ chạm đến chúng ta mà còn sống trong chúng ta. Tân Ước dạy rằng chúng ta được liên hiệp với Đấng Christ, một sự hiệp nhất thân mật đến nỗi hễ điều gì thân thể của chính chúng ta làm, thì cũng được xem như thân thể của Đấng Christ làm (1 Cô 6:15-16). *Chúa Giê-xu Christ ngày hôm nay gần gũi với bạn hơn Ngài gần với tội nhân và những người đau khổ mà Ngài đã nói chuyện và đụng chạm khi Ngài thi hành chức vụ trên đất.* Qua Thánh Linh, tấm lòng của chính Đấng Christ bao phủ dân sự Ngài bằng cái ôm chặt hơn và gần gũi hơn bất kỳ cái ôm vật lý nào. Những việc Ngài làm trên đất trong thân xác con người phản chiếu tấm lòng của Ngài thế nào thì tấm lòng đó giờ đây cũng hành động theo những cách đó đối với chúng ta thế ấy, vì bây giờ *chúng ta* là thân thể của Ngài.

Chương 3

Hạnh Phúc Của Đấng Christ

Vì niềm vui đặt trước mặt mình...
Hê-bơ-rơ 12:2

Thomas Goodwin có viết: "niềm vui, sự an ủi, hạnh phúc và vinh hiển của chính Đấng Christ được gia tăng và mở rộng bởi..."

Bạn hoàn thành câu này như thế nào?

Theo Kinh thánh, có nhiều cách trả lời khác nhau và chúng ta cần thận trọng với việc vẽ ra bức chân dung một chiều về Đấng Christ, để cao mặt này quá đến mức bỏ sót mặt khác. Đúng là Chúa Giê-xu vui mừng khi các môn đồ từ bỏ tất cả để theo Ngài (Mác 10:21–23). Thật hợp lý khi nói Đấng Christ vui mừng khi sự trung tín của các tín hữu trong việc nhỏ trang bị cho họ lòng trung tín trong việc lớn (Mat 25:21,23). Chúng ta có thể khẳng định rằng Ngài vui mừng trong cách Cha Ngài bày tỏ những lẽ thật thiên thượng cho những người giống như con trẻ hơn là cho những người khôn ngoan thông sáng (Lu 10:21).

Nhưng cũng có một lẽ thật Kinh thánh dễ bị loại bỏ ra khỏi suy nghĩ về Đấng Christ của chúng ta. Bằng trực giác, Cơ Đốc nhân biết rằng Đấng Christ vui lòng khi chúng ta lắng nghe và vâng lời Ngài. Nhưng nếu chính tấm lòng và niềm vui của Ngài bị kéo vào những điểm yếu và thất bại của chúng ta theo một cách mới mẻ thì sao?

Goodwin viết tiếp câu trên như thế này: "Niềm vui, sự an ủi, hạnh phúc và vinh hiển của chính Đấng Christ được gia tăng và mở rộng bởi việc bày tỏ ân điển và lòng thương xót bằng sự tha tội, giúp đỡ và an ủi các chi thể của Ngài trên đất này."[1]

———

Một vị bác sĩ có lòng thương xót đi sâu vào khu rừng nhiệt đới để chăm sóc y tế cho một bộ tộc nguyên thuỷ mắc một căn bệnh truyền nhiễm. Các thiết bị y tế đã được chuyển đến. Ông đã chẩn đoán đúng bệnh, ông đã chuẩn bị sẵn thuốc kháng sinh. Ông có khả năng tài chính và không cần bất kỳ sự bù đắp tài chính nào. Nhưng khi ông muốn chăm sóc họ thì họ từ chối. Họ muốn tự chăm sóc mình. Họ muốn chữa theo cách của họ. Cuối cùng, vài thanh niên can đảm bước đến để được bác sĩ chăm sóc miễn phí.

Vị bác sĩ ấy cảm thấy thế nào?

Vui.

Niềm vui của ông gia tăng khi người bệnh đến với ông để được giúp đỡ và chữa trị. Đó chính là lý do ông đến.

Nếu người bệnh không phải người lạ mà chính là gia đình ông thì ông càng vui mừng đến nhường nào?

Với chúng ta cũng vậy và với Đấng Christ cũng thế. Ngài không bối rối và thất vọng khi chúng ta đến xin tha thứ từ Ngài, xin tha thứ tiếp tục từ Ngài với đau buồn, nhu cầu và trống rỗng. Mục đích của Ngài là thế mà! Đó là lý do Ngài đến để chữa lành. Ngài bước vào nỗi kinh hoàng của sự chết để mang lại nguồn cung ứng vô hạn về lòng thương xót và ân điển cho dân sự Ngài.

Nhưng Goodwin có nói đến một ý sâu xa hơn tại đây. Chúa Giê-xu không muốn chúng ta đến gần ân điển và lòng thương xót của Ngài chỉ

---

[1]Thomas Goodwin, *The Heart of Christ* (Edinburgh: Banners of Truth, 2011), 107. Sibbes nói tương tự: "Chúng ta không thể làm vui lòng Đấng Christ bằng cách nào tốt hơn là cách vui vẻ nhận lấy sự chu cấp dư dật của Ngài. Thật là một vinh dự khi sống trong sự rời rộng của Ngài." Richard Sibbes, *Bowels Opened, Or, A Discovery of the Near and Dear Love, Union, and Communion Between Christ and the Church*, trong *The Works of Richard Sibbes*, ed. A. B. Grosart, 7 vols. (repr., Edinburgh: Banner of Truth, 1983), 2:34.

vì điều đó xác nhận công việcchuộc tội của Ngài. Ngài muốn chúng ta đến gần ân điển và lòng thương xót của Ngài vì đó chính là bản tính của Ngài. Ngài kéo chúng ta đến gần Ngài trong sự hiệp một để niềm vui của Ngài và của chúng ta cùng lên và xuống - Ngài vui khi bày tỏ lòng thương xót, chúng ta vui khi nhận lãnh. Goodwin còn tiếp tục biện luận rằng *Đấng Christ vui mừng và được an ủi nhiều hơn chúng ta* khi chúng ta đến xin Ngài giúp đỡ và thương xót. Người chồng yêu vợ cảm thấy nhẹ nhàng và an ủi khi vợ được chữa lành còn hơn cả khi bản thân được chữa lành thế nào, thì Đấng Christ cũng "càng được sự an ủi... hơn" khi Ngài thấy tội lỗi chúng ta được đem đặt dưới chính huyết Ngài.[2]

Suy ngẫm về Đấng Christ trong vai trò Đấng trung bảo thiên thượng của chúng ta - tức là Đấng loại bỏ mọi lý do khiến chúng ta không thể tận hưởng tình bằng hữu với Đức Chúa Trời - ông viết:

> Dẫu vậy, vinh quang và hạnh phúc của Đấng Christ [được] mở rộng và tăng lên, khi các chi thể trong thân Ngài đến nương dựa vào sự chết của Ngài; để khi tội lỗi của họ được tha, lòng họ được thánh hoá càng hơn và linh hồn họ được an ủi, thì Ngài nhìn thấy thành quả của công việc mình và nhờ đó được an ủi. Vì Ngài được vinh hiển càng thêm bởi điều đó, phải, Ngài hài lòng và vui mừng trong việc này hơn chính họ nhiều. Và điều này khiến Ngài tiếp tục chăm sóc và yêu thương con cái Ngài, để làm cho họ được tươi mới từng giây phút.[3]

Dịch: Khi bạn đến với Đấng Christ để xin ơn thương xót, tình yêu thương và sự giúp đỡ trong nỗi đau đớn, bối rối và tội lỗi của mình, thì bạn đang xuôi theo dòng chảy là ao ước của chính Ngài, chứ không phải đi ngược dòng.

Chúng ta hay nghĩ rằng khi đến xin Chúa Giê-xu giúp đỡ lúc cần và xin Ngài thương xót khi phạm tội là chúng ta làm giảm giá trị của Ngài, thu nhỏ Ngài, khiến Ngài trở nên nghèo nàn. Goodwin lập luận ngược lại. Chúa Giê-xu làm chúng ta ngạc nhiên khi "thực thi hành động của ân điển, khi không ngừng làm việc lành hướng đến và cho chi thể của Ngài... khi làm cho họ đầy dẫy lòng thương xót, ân điển, sự an ủi và hạnh phúc, thì chính Ngài lại càng trở nên trọn vẹn hơn, bởi

---

[2]Goodwin, *Heart of Christ*, 108.

[3]Goodwin, *Heart of Christ*, 111–12.

việc làm cho họ được đầy dẫy."⁴ Là Đức Chúa Trời thật sự, Đấng Christ không thể trở nên trọn vẹn hơn nữa; Ngài có trọn sự bất diệt, đời đời, và bất biến của Cha. Là con người thật sự, tấm lòng của Đấng Christ không hề bị kiệt quệ vì chúng ta đến với Ngài; lòng Ngài càng được lấp đầy thêm khi chúng ta đến với Ngài.

Ngược lại: khi chúng ta giữ lại, ấp núp trong bóng tối, sợ hãi và thất bại, thì chúng ta không chỉ đánh mất niềm an ủi ngày càng thêm của chính mình, mà của cả Đấng Christ nữa. Ngài sống vì điều này. Đây là điều Ngài yêu thích thực hiện. Niềm vui của Ngài và của chúng ta cùng tăng lên và hạ xuống.

Nhưng như vậy có đúng Kinh thánh không?

Hãy xem Hê-bơ-rơ 12. Chúa Giê-xu được gọi là "Đấng khởi nguyên và hoàn tất của đức tin, là Đấng vì niềm vui đặt trước mặt mình, vui chịu thập tự giá, khinh điều sỉ nhục và hiện đang ngồi bên phải ngai Đức Chúa Trời" (Hê 12:2).

"Vì niềm vui" Niềm vui nào? Điều gì đang chờ đợi Chúa Giê-xu bên kia thập tự giá?

Niềm vui khi nhìn thấy dân sự Ngài được tha thứ.

Hãy nhớ đến ý tổng thể của sách Hê-bơ-rơ – Chúa Giê-xu là thầy tế lễ thượng phẩm để chấm dứt chức vụ của mọi thầy tế lễ thượng phẩm, Đấng dâng của tế lễ chuộc tội cuối cùng để hoàn toàn che đậy tội của

---

⁴Goodwin, *Heart of Christ*, 111. *Diễm phúc* là từ cổ xưa chỉ hạnh phúc. Một vị mục sư lớn tuổi khác đã cảm động nói như thế này: "Nếu bạn gặp một người bất hạnh nghèo khổ đâm ngọn giáo vào hông tôi, thì hãy nói với anh ta rằng có một cách khác, một cách tốt hơn để đến với tấm lòng của tôi. Nếu anh ta ăn năn, rồi nhìn người mình đã đâm và than khóc, thì tôi sẽ nuôi dưỡng lòng yêu mến anh trong chính tấm lòng mà anh đã làm cho bị thương; anh sẽ thấy huyết anh làm đổ ra là của lễ chuộc tội làm đổ nó ra. Và hãy nói với anh ấy rằng với tôi, anh ấy sẽ làm tôi càng đau và buồn nếu anh từ chối dòng huyết tôi ban tặng, hơn là khi anh ấy làm đổ huyết." Benjamin Grosvenor, "Grace to the Chief of Sinners", trong *A Series of Tracts on the Doctrines, Order, and Polity of the Presbyterian Church in the United States of America*, quyển 3 (Philadelphia: Presbyterian Board of Publication, 1845), 42–43. Cảm ơn Drew Hunter đã giúp tôi chú ý đến phần tham khảo này.

dân Ngài, để họ được cung ứng cho "cách tối đa" (7:25). Và hãy nhớ ý của trước giả khi ông nói đến việc Chúa Giê-xu ngồi bên phải Đức Chúa Trời, ở cuối Hê-bơ-rơ 12:2. Ở chỗ khác, trước giả thư viết cho người Hê-bơ-rơ nói rõ về ý nghĩa của việc này:

> Sau khi tẩy sạch tội lỗi, Ngài *ngồi bên phải* Đấng Tôn Nghiêm ở trên trời. (1:3)

> Điểm chính yếu mà chúng ta đang nói là: chúng ta có một thầy tế lễ thượng phẩm cao quý, *ngồi bên phải* ngai của Đấng Tôn Nghiêm ở trên trời. (8:1)

> Nhưng Đấng Christ đã vì tội lỗi dâng một sinh tế chuộc tội duy nhất và đời đời, rồi *ngồi bên phải* Đức Chúa Trời. (10:12)

Trong các câu Kinh thánh này, việc Chúa Giê-xu ngồi bên phải được liên kết với công tác chuộc tội của thầy tế lễ. Thầy tế lễ là chiếc cầu nối Đức Chúa Trời và con người. Ngài tái kết nối trời và đất. Chúa Giê-xu đã làm việc ấy hoàn toàn thông qua sự hy sinh tối thượng và tuyệt đỉnh của chính Ngài, thanh tẩy dân sự Ngài một lần đủ cả, tẩy sạch tội lỗi họ. Đó là sự háo hức đầy vui sướng khi nhìn thấy dân Ngài được thanh sạch hoàn toàn; là điều khiến Ngài bị bắt, chịu chết, chịu chôn và sống lại. Ngày nay, khi chúng ta tham dự vào công việc chuộc tội đó, đến với Đấng Christ để được tha thứ, gần gũi với Ngài bất chấp tình trạng tội lỗi của mình, là chúng ta đang nắm giữ niềm vui và nỗi khát khao sâu xa nhất của chính Ngài.

Điều này kết nối với các câu Kinh thánh khác trong Tân Ước, chẳng hạn thiên đàng vui mừng khi một tội nhân ăn năn (Lu 15:7), hay Đấng Christ ao ước rằng niềm vui của chính Ngài cũng sẽ là niềm vui của các môn đồ vì họ ở trong tình yêu thương của Ngài (Giăng 15:11; 17:13). Ngài muốn chúng ta nhận lấy sức lực từ tình yêu của Ngài, nhưng những người duy nhất đủ điều kiện nhận lãnh là tội nhân cần đến tình yêu mà họ không xứng đáng được nhận. Và Ngài không chỉ muốn chúng ta được tha tội. Ngài muốn chính *chúng ta*. Chúa Giê-xu nói về những ao ước thầm kín nhất của chính Ngài như thế nào? Ngài nói như vậy: "Cha ơi, Ngài muốn con ở đâu thì những người Cha đã ban cho con cũng ở đó với Con" (Giăng 17:24).

Lòng vô tín của chúng ta cẩn trọng đạp lên đây. Chẳng lẽ kêu xin sự thương xót của Đấng Christ một cách thiếu chọn lọc không phải là một sự cả gan táo bạo sao? Phải chăng chúng ta không nên cân nhắc và suy tính, cẩn thận để không xin xỏ quá nhiều từ Ngài sao?

Một người cha có đứa con đang ngạt thở có muốn con mình nhận ô-xy từ bình ô-xy một cách có cân nhắc và suy tính không?

Vấn đề của chúng ta là không xem trọng lời Kinh thánh nói về việc chúng ta là thân thể của Đấng Christ. Đấng Christ là đầu, chúng ta là các chi thể trong thân của Ngài. Cái đầu cảm thấy thế nào về chính thân của mình? Sứ đồ Phao-lô nói với chúng ta: "Ngài nuôi nấng, chăm sóc nó" (Êph 5:29). Rồi Phao-lô nói rõ mối liên hệ với Đấng Christ: "như Đấng Christ đối với Hội Thánh, vì chúng ta là các chi thể của thân Ngài" (5:29–30). Chúng ta chăm sóc một bộ phận cơ thể bị thương như thế nào? Chúng ta chăm chút, băng bó, bảo vệ nó, cho nó thời gian để lành. Vì bộ phận cơ thể đó không phải chỉ là bạn thân của chúng ta, mà là một phần của chúng ta. Đấng Christ và tín đồ cũng vậy. Chúng ta là một phần của Ngài. Đó là lý do Đấng Christ phục sinh hỏi kẻ bắt bớ *người thuộc về* Ngài: "Tại sao ngươi bắt bớ *Ta*?" (Công 9:4).

Chúa Giê-xu Christ được an ủi khi bạn lấy từ nguồn của cải là công việc chuộc tội của Ngài, vì khi đó chính thân thể Ngài đang được lành.

Chương 4

Có Thể Cảm Thông

Vì chúng ta không có một thầy tế lễ thượng phẩm chẳng có thể cảm thông
sự yếu đuối chúng ta.
Hê-bơ-rơ 4:15

Cách những người Thanh giáo viết sách là lấy ra một câu Kinh thánh, "vắt kiệt" để lấy ra hết phần thần học chạm đến tấm lòng mà họ tìm được, và sau khi viết được hai hay ba trăm trang, họ gửi những gì họ tìm được đến nhà xuất bản. Quyển *The Heart of Christ* của Thomas Goodwin cũng không ngoại lệ. Câu Kinh thánh được "vắt kiệt" là Hê-bơ-rơ 4:15:

> Vì chúng ta không có một thầy tế lễ thượng phẩm chẳng có thể cảm thông sự yếu đuối chúng ta, nhưng có một thầy tế lễ bị cám dỗ đủ mọi cách như chúng ta, song chẳng phạm tội.

Gánh nặng của Goodwin ấy là thuyết phục các tín hữu đang ngã lòng rằng dù Đấng Christ hiện ở trên trời, nhưng Ngài vẫn cởi mở và dịu dàng trong cách Ngài đối xử với tội nhân và những người đang đau khổ như khi Ngài còn ở trên đất. Trang bìa nguyên thuỷ của sách từ lần xuất bản năm 1651 cho thấy điều này; đặc biệt lưu ý việc đặt "Đấng Christ ở trên trời" cạnh "tội nhân ở trên đất":

TẤM LÒNG

Của

Đấng Christ Ở Trên Trời

Đối Với

Tội Nhân Trên Đất.

Hay

LUẬN ÁN

Chứng minh

Bản Tính Nhân Từ Và Tình Yêu Dịu Dàng Của *Đấng Christ*

Trong Nhân Tính Hiện Được Vinh hiển của Ngài Đối Với Các Chi Thể Của Ngài

Trong Mọi *Sự Yếu Đuối* Hoặc *Tội Lỗi* Hoặc *Đau Khổ*

Mấy dòng kết thúc nói rõ rằng *tấm lòng* của Đấng Christ nghĩa là "bản tính nhân từ và tình yêu thương dịu dàng" của Ngài. Goodwin muốn làm cho độc giả ngạc nhiên bằng bằng chứng của Kinh thánh đó là Đức Chúa phục sinh đang sống và ở thiên đàng hiện nay cũng không hề khó tiếp cận và bớt thương xót hơn so với khi Ngài còn trên đất.

Sau phần giới thiệu, Goodwin giải thích lý do ông chọn Hê-bơ-rơ 4:15 để nghiên cứu ý này:

> Tôi chọn câu Kinh thánh này, vì hơn bất kỳ câu Kinh thánh nào khác, đây là câu Kinh thánh nói đến tấm lòng của Ngài nhiều nhất và trình bày bộ khung cùng những điều Ngài làm cho tội nhân; và vì câu Kinh thánh này hợp lý đến nỗi có thể nói nó nắm lấy tay ta mà đặt lên ngực Đấng Christ, để ta cảm nhận nhịp đập trái tim Ngài và tình yêu mà Ngài khao khát dành cho chúng ta, cho dù hiện nay Ngài ở trong sự vinh hiển - thì mục tiêu của câu Kinh thánh là khích lệ tín đồ trước mọi điều có thể khiến họ nản lòng, bằng cách suy nghĩ đến tấm lòng của Đấng Christ đối với họ hiện nay trên thiên đàng.[1]

Sẽ như thế nào khi một người bạn cầm tay ta rồi đặt chúng lên ngực của Cứu Chúa Giê-xu Christ phục sinh, để tay ta cảm nhận sức mạnh đầy năng lực của tình yêu và khao khát sâu kín nhất của Đấng Christ, giống như ống nghe giúp ta nghe được sức mạnh đầy năng lực của trái tim đang đập về mặt vật lý? Goodwin muốn nói rằng: khỏi phải hỏi. Hê-bơ-rơ 4:15 là người bạn đó.

---

[1]Thomas Goodwin, *The Heart of Christ* (Edinburgh: Banner of Truth, 2011), 48.

Ngữ cảnh rộng hơn của Hê-bơ-rơ 4:15 đáng cho ta nghiên cứu. Lùi lại một chút, phân đoạn đầy đủ hơn của nó là:

> Do đó, vì chúng ta có một thầy tế lễ thượng phẩm vĩ đại đã vượt qua các tầng trời là Đức Chúa Giê-xu, Con Đức Chúa Trời, nên hãy giữ vững những điều chúng ta xưng nhận. *Vì chúng ta không có một thầy tế lễ thượng phẩm chẳng có thể cảm thông sự yếu đuối chúng ta, nhưng có một thầy tế lễ bị cám dỗ đủ mọi cách như chúng ta, song chẳng phạm tội.* Vậy, chúng ta hãy vững lòng đến gần ngôi ân điển, để nhận được sự thương xót và tìm được ân điển giúp đỡ chúng ta kịp thời. (4:14–16)

Câu 14 và 16 đều chứa đựng lời thúc giục: trung thành với giáo lý về Đức Chúa Trời ("giữ vững những điều chúng ta xưng nhận", c. 14) và tự tin tương giao với Chúa ("vững lòng đến gần", c. 16). Từ "vì" bắt đầu câu 15 (câu in nghiêng ở trên) ngụ ý câu 15 là nền tảng cho câu 14. Và chữ "Vậy" ở đầu câu 16 ngụ ý câu 15 cũng là nền tảng cho câu 16. Nói cách khác, câu 15 là cái neo của phân đoạn này, những câu liền kề là hàm ý rút ra từ câu 15.

Ý chính của câu đóng vai trò làm cái neo trên là *sự đoàn kết* tuyệt đối của Chúa Giê-xu Christ với dân sự Ngài. Sự hiểu biết tự nhiên của chúng ta nói cho ta biết rằng Chúa Giê-xu ở với ta, đứng về phía ta, có mặt và giúp đỡ ta khi cuộc sống tốt đẹp. Câu Kinh thánh này nói điều ngược lại. Chính trong "sự yếu đuối" của ta mà Chúa Giê-xu cảm thông với ta. Từ "cảm thông" ở đây là từ ghép được hình thành từ tiền tố có nghĩa là "cùng với" (giống như tiền tố *co-* trong Anh ngữ) kết hợp với động từ *chịu khổ*. "Cảm thông" ở đây không phải là sự thương hại theo kiểu thờ ơ và lạnh nhạt. Mà đó là mối sâu đậm của một sự đoàn kết có thể cảm nhận được, chẳng khác nào cha mẹ đoàn kết với con cái. Thật vậy, mà thậm chí còn sâu đậm hơn thế. Khi ta đau, Chúa Giê-xu cũng đau; khi ta chịu khổ, Ngài cũng cảm nhận như nỗi khổ của chính Ngài dù không phải - không phải vì thần tính bất khả xâm phạm của Ngài bị đe doạ, mà theo nghĩa là lòng của Ngài cũng bị kéo vào trong nỗi sầu khổ của chúng ta. Bản chất con người khiến Ngài gắn chính mình vào những vấn đề của chúng ta trong mọi phương diện.[2] Bản tính của

---

[2] Về nhân tính của Ngài (khác với thần tính), cụ thể là sự hiệp nhất có thể cảm nhận được của Ngài với dân sự Ngài khiến Ngài làm điều gì đó cho họ khi họ chịu khổ, xin xem John Owen, *An Exposition of the Epistle to the Hebrews*, trong *The Works of John Owen*, vol. 25, ed. W.H. Goold (repr., Edinburgh: Banner of Truth, 1965), 416- 28.

Ngài là yêu thương với một tình yêu không thể kìm nén khi nhìn thấy dân Ngài đau khổ.

Trước giả viết cho người Hê-bơ-rơ đang cầm tay dẫn chúng ta đi sâu vào tấm lòng của Đấng Christ, chỉ cho chúng ta thấy Ngài *ở với* dân Ngài cách không giới hạn. Quay lại đoạn 2, trước giả nói rằng Chúa Giê-xu "trở nên giống như anh em mình trong mọi phương diện", rằng "chính Ngài đã chịu khổ trong khi bị cám dỗ" (sử dụng chính từ Hy Lạp xuất hiện ở 4:15 chỉ về việc bị cám dỗ/thử nghiệm).

Dù vậy, điều lạ lùng trong Hê-bơ-rơ 4:15 là điều cho chúng ta biết vì sao Chúa Giê-xu lại gần gũi và ở với dân Ngài khi họ chịu khổ. Ngài đã bị "cám dỗ" (hay "bị thử nghiệm", theo ý nghĩa của từ này) "như chúng ta" - không chỉ vậy, mà còn bị cám dỗ "trong mọi phương diện" như chúng ta. Lý do Chúa Giê-xu có sự hiệp nhất thân thiết với chúng ta như thế là vì con đường gian khó chúng ta đang đi không phải chỉ có mình chúng ta. Chính Ngài đã đi trên con đường đó. Chúa Giê-xu không chỉ có thể giải cứu chúng ta khỏi những khó khăn, như bác sĩ kê toa cho bệnh nhân; mà trước khi cứu giúp, Ngài còn ở với chúng ta trong những khó khăn, giống như người bác sĩ từng mang căn bệnh đó.

Chúa Giê-xu không phải thần Dớt. Ngài là con người vô tội, không phải một Siêu nhân vô tội. Lúc thức dậy tóc tai Ngài cũng rối bù. Lúc lên mười ba tuổi Ngài cũng nổi mụn. Ngài không phải là mỹ nam xuất hiện trên trang bìa tạp chí *Sức Khỏe Nam Giới* (Ngài chẳng có vẻ đẹp... để chúng ta nhìn ngắm", Ê-sai 53:2). Ngài như một người bình thường đến với những con người bình thường. Ngài biết thế nào là khát, là đói, là bị xem thường, bị khước từ, bị khinh bỉ, xấu hổ, bối rối, bị từ bỏ, bị hiểu lầm, bị vu oan, bị ngạt thở, bị tra tấn và bị giết. Ngài biết thế nào là cô đơn. Bạn bè bỏ Ngài khi Ngài cần họ nhất; nếu ngày nay Ngài còn sống trên đất, thì tất cả những người theo dõi Ngài trên Twitter và bạn trên Facebook của Ngài đều sẽ huỷ kết bạn với Ngài lúc Ngài ba mươi ba tuổi – còn Ngài chẳng bao giờ huỷ kết bạn với chúng ta.

Chìa khoá để hiểu ý nghĩa của Hê-bơ-rơ 4:15 nằm ở cả hai cụm từ "trong mọi phương diện" *và* "song chẳng hề phạm tội". Mọi yếu đuối của chúng ta - thật ra là tất cả mọi phương diện trong đời sống - đều vấy bẩn vì tội lỗi. Nếu tội là màu xanh dương, thì không phải đôi lúc chúng ta nói hay làm điều gì đó xanh dương; tất cả mọi điều chúng ta nói, làm và suy nghĩ đều có vết xanh dương. Nhưng Chúa Giê-xu thì không như thế. Ngài "thánh khiết, vô tội, không ô uế, tách biệt so với kẻ có tội" (Hê 7:26–27). Nhưng chúng ta phải suy ngẫm cụm từ "trong mọi phương diện" sao cho giữ được sự vô tội của Chúa Giê-xu mà không làm giảm bớt ý nghĩa của cụm từ này. Sự cám dỗ đầy lôi cuốn, thử thách nghiêm trọng, sự phức tạp gây hoang mang - Ngài đều đã trải qua. Thật vậy, sự thánh khiết tuyệt đối của Ngài nói lên rằng Ngài đã cảm nhận những nỗi đau này cách sâu sắc hơn so với những tội nhân như chúng ta từng cảm nhận.

Hãy suy nghĩ về chính cuộc đời của bạn.

Khi mối liên hệ xấu đi, khi cảm giác vô dụng ùa tới, khi cảm giác cuộc sống vụt qua quá nhanh, khi dường như cơ hội thể hiện tầm quan trọng một lần trong đời đã vụt khỏi tầm tay, khi chúng ta không thể xác định cảm xúc của mình, khi người bạn lâu năm làm ta thất vọng, khi một thành viên trong gia đình phản bội ta, khi ta cảm thấy bị hiểu lầm nghiêm trọng, khi bị người ta cười cợt - tóm lại, khi bản chất sa ngã của thế gian bao trùm lấy chúng ta và khiến chúng ta muốn giơ tay đầu hàng - thì ngay lúc đó, chúng ta có một Người bạn biết rõ thử thách ấy ra sao ngồi cạnh chúng ta, ôm lấy chúng ta. Ở với chúng ta. Đoàn kết, hiệp một là như thế.

Chúng ta thường cảm thấy bằng trực giác rằng cuộc sống càng khó khăn, thì chúng ta càng cô đơn. Khi chìm ngập sâu hơn trong nỗi đau, chúng ta càng thấy mình chìm sâu hơn trong sự cô lập. Kinh thánh sửa sai chúng ta. Nỗi đau của ta không bao giờ vượt quá những gì bản thân Ngài chia sẻ với chúng ta. Chúng ta không hề cô đơn. Nỗi đau mà chúng ta cảm thấy không ai cùng chia sẻ và chỉ mình chúng ta phải chịu thì chính Ngài đã từng trải qua và hiện đã được đặt trên vai Ngài.

Câu 14 cho chúng ta biết Chúa Giê-xu hiện đã lên trời. Nhưng điều đó không có nghĩa là Ngài xa cách hay không quan tâm gì đến nỗi đau của chúng ta. Câu 15, Goodwin nói "chúng ta phải hiểu lòng của Chúa

Giê-xu cảm động trước những tội nhân yếu đuối ra sao"[3]. Những khó khăn chúng ta đối diện lấy đi của Đấng Christ rất nhiều cảm xúc vượt xa hiểu biết của chúng ta.

Vậy còn tội lỗi của ta thì sao? Chúng ta có nên nản lòng chăng khi Chúa Giê-xu không thể hiệp nhất với ta trong nỗi đau nhức nhối nhất, đó là tội lỗi và sự xấu hổ khi phạm tội? Không, vì hai lý do.

Lý do thứ nhất là sự vô tội của Chúa Giê-xu có nghĩa là Ngài nhận biết cám dỗ còn hơn chúng ta nữa. C. S. Lewis làm rõ ý này bằng hình ảnh một người đi ngược chiều gió. Một khi cơn gió cám dỗ đủ mạnh, thì người đó sẽ chịu thua, đầu hàng - bởi thế không thể biết chịu đựng sức gió mười phút sẽ như thế nào. Chúa Giê-xu không bao giờ bỏ cuộc, Ngài chịu đựng mọi cám dỗ và thử nghiệm mà không hề đầu hàng. Vì vậy, Ngài biết được sức mạnh của cơn gió cám dỗ rõ hơn chúng ta. Chỉ có Ngài mới thật sự biết cái giá phải trả.[4]

Thứ hai, hy vọng duy nhất của chúng ta chính là Đấng chia sẻ mọi nỗi đau của chúng ta cũng làm vậy trong tư cách của Đấng Thánh khiết và trong sạch. Thầy tế lễ thượng phẩm vô tội của chúng ta không phải là Đấng cần được giải cứu mà là Đấng cung cấp sự giải cứu. Đó là lý do chúng ta có thể đến với Ngài để "nhận được sự thương xót và tìm được ân điển" (4:16). Chính Ngài không bị mắc kẹt trong hố sâu tội lỗi với chúng ta; nên chỉ có Ngài mới có thể kéo chúng ta lên. Sự vô tội của Ngài là sự cứu rỗi của chúng ta. Nhưng ở đây, chúng ta đang bắt đầu chuyển sang công việc của Đấng Christ. Ý chính của Hê-bơ-rơ 4:15, và của cả quyển sách mà Thomas Goodwin viết về câu Kinh thánh này, là tấm lòng của Đấng Christ. Phải, câu 16 nói đến "ngôi ân điển". Còn câu 15 mở ra cho chúng ta thấy trọng tâm của ân điển. Không phải chỉ một mình Ngài mới có thể kéo chúng ta ra khỏi hố tội lỗi, mà còn chỉ một mình Ngài mới ao ước leo xuống hố ấy để mang lấy gánh nặng của chúng ta. Chúa Giê-xu có khả năng cảm thông. Ngài "cùng chịu khổ" với chúng ta. John Owen, người đương thời với Goodwin nói rằng "tận trong lòng Ngài và với lòng yêu mến của Ngài, Đấng Christ sẵn sàng...

---

[3]Goodwin, *Heart of Christ*, 50.
[4]C. S. Lewis, *Cơ Đốc giáo thuần nhất* (New York: Touchstone, 1996), 126.

giúp đỡ và giải cứu chúng ta... và lòng Ngài cũng cảm động khi chúng ta chịu đau khổ và thử thách như chính Ngài cũng đang phải chịu vậy."[5]

Nếu bạn ở trong Đấng Christ, thì bạn có một người Bạn, mà khi bạn đau buồn, sẽ không bao giờ ngồi chễm chệ trên thiên đàng thủng thỉnh nói vọng xuống. Ngài không thể chịu giữ khoảng cách. Không điều gì có thể giữ Ngài lại. Tấm lòng Ngài được buộc chặt vào tấm lòng của bạn mất rồi.

---

[5]John Owen, *An Exposition of the Epistle to the Hebrews*, trong *The Works of John Owen*, vol. 21, ed. W.H. Goold (repr. Edinburgh: Banner of Truth, 1968), 422.

Chương 5

Ngài Có Thể Khoan Dung

Người có thể khoan dung đối với những người kém hiểu biết hoặc lầm lỡ.
Hê-bơ-rơ 5:2 (BPT)

Ở Y-sơ-ra-ên thời cổ, vua đại diện cho Đức Chúa Trời trước mặt dân chúng, còn thầy tế lễ đại diện cho dân chúng trước mặt Đức Chúa Trời. Vua mang đến thẩm quyền trên dân chúng; còn thầy tế lễ đem lại sự hiệp nhất với dân sự. Sách Hê-bơ-rơ được nằm trong Kinh thánh là để cho chúng ta biết ý nghĩa của việc Chúa Giê-xu là thầy tế lễ, thầy tế lễ đích thực của chúng ta mà mọi thầy tế lễ khác đều là hình bóng và đều chỉ về Ngài.

Bản thân các thầy tế lễ của Y-sơ-ra-ên cũng có tội. Vì vậy, họ cần dâng của lễ không chỉ vì tội của dân chúng, mà còn vì tội của chính họ. Thầy tế lễ của Y-sơ-ra-ên không chỉ là tội nhân về bản chất, mà rõ ràng họ còn là tội nhân trong hành động. Một số thầy tế lễ ngày xưa trong Cựu Ước là các nhân vật đáng ghê tởm - ví dụ Hóp-ni và Phi-nê-a (1 Sa 1–4). Chúng ta cần có người đại diện cho mình trước mặt Đức Chúa Trời. Nhưng các thầy tế lễ ngày xưa đôi lúc lại khiến chúng ta thất vọng, họ quá độc ác, quá khắc nghiệt.

Còn nếu chính thầy tế lễ của chúng ta biết sự yếu đuối của chúng ta ra sao để hoàn toàn cảm thông với chúng ta, nhưng chính người không hề phạm tội, vì vậy người không bao giờ tự thương hại hay chỉ quan tâm đến bản thân - thì đó thật là một thầy tế lễ có thể khoan dung đối với chúng ta.

Hê-bơ-rơ đoạn 5 tiếp tục dòng tư tưởng được nói đến trong chương trước, ở đó chúng ta xem xét phần cuối của Hê-bơ-rơ 4. Trong chương đó, chúng ta đã xem xét tấm lòng của Đấng Christ hướng về dân sự Ngài và hiệp nhất với họ trong nỗi đau đớn và cảnh khốn cùng của họ ra sao. Bây giờ với Hê-bơ-rơ 5:2 chúng ta xem xét một lẽ thật sâu xa hơn - cách Ngài đối với dân sự mà Ngài hướng đến. Chúng ta được biết vai trò tế lễ của Đấng Christ *là gì* trong 4:15 và *như thế nào* trong 5:2.

Thế Ngài là thầy tế lễ thế nào?

Khoan dung.

Từ Hy Lạp mang nghĩa "khoan dung" ở 5:2 có cùng gốc với từ "cảm thông" ở 4:15 và chắc hẳn độc giả cũng như thính giả nguyên thuỷ của sách Hê-bơ-rơ chắc chắn nhìn thấy sự liên hệ mà bản Anh ngữ của chúng ta đã không lột tả được này. Chúng ta cũng thấy trong cả hai câu Kinh thánh động từ Hy Lạp *dunamai* được lặp lại, thậm chí cả hình thức động từ cũng được lặp lại (dù không dễ dàng nhìn thấy điều đó trong cách dịch khác nhau của cụm từ "có khả năng" và "có thể"), cũng như từ "yếu đuối" cũng được lặp lại (mà chúng ta sẽ quay lại trong phần sau của chương này). Để tôi đưa ra cho quý vị hai cụm từ được phiên âm để quý vị có thể hiểu sự tương đương mà độc giả nguyên thuỷ sẽ để ý:

4:15 *dunamenon sunpathesai tois* ("có khả năng cảm thông với....")

5:2 *metriopathein dunamenon tois* ("Ngài có thể khoan dung với...")

Cùng với từ được lặp lại *dunamenon*, có nghĩa là "người có khả năng để" hay "người có năng lực để", hãy chú ý gốc chung của động từ chính trong mỗi câu mà tôi gạch dưới. Chúng ta lưu ý trong chương trước rằng *sunpathesai* có nghĩa là "đồng chịu khổ" theo nghĩa Ngài cảm thấy hiệp hoàn toàn với chúng ta. Mặc dù bạn có thể thấy từ này trong tiếng Hy Lạp đã cho chúng ta từ *sympathy* (cảm thông) trong Anh ngữ như thế nào, nhưng nghĩa của từ Hy Lạp thì phong phú hơn từ *cảm thông* thường xuất hiện trong đầu chúng ta. Ở 5:2, khi trước giả tiếp tục giải thích thể nào Chúa Giê-xu là thầy tế lễ thượng phẩm vĩ đại của chúng ta, chúng ta lại thấy từ *metriopathein*. Đây là lần duy nhất động từ này được dùng trong Tân Ước. Nó mang ý nghĩa giống y như nghĩa trong bản văn: khoan dung. Tiền tố *metrio* - có nghĩa kiềm chế hay tiết chế, còn gốc *patheo* nói đến cảm xúc mãnh liệt hay sự chịu khổ. Ý trong 5:2 ở đây là Chúa Giê-xu không giơ tay đầu hàng khi gặp tội nhân. Ngài bình tĩnh, nhân hậu, dịu dàng, tự chủ. Ngài khoan dung với chúng ta.

Ngài "khoan dung" với ai? Chắc hẳn là với những người thất bại vừa phải và hợp lý – còn với những người phạm tội nghiêm trọng hơn thì Ngài phải có đáp ứng nghiêm khắc hơn chăng?

Đọc kỹ đoạn Kinh thánh thì chúng ta sẽ không kết luận như vậy. "Người có thể khoan dung đối với những người kém hiểu biết và lầm lỡ." Người kém hiểu biết và lầm lỡ không phải là hai kiểu tội nhân phạm tội nhẹ hơn, được phân cách khỏi những người phạm tội trọng. Không phải vậy. Đây là cách trước giả ngụ ý rằng tất cả mọi người. Trong Cựu Ước và hãy nhớ xem thư tín cho người Hê-bơ-rơ được viết với nhiều trích dẫn phong phú từ Cựu Ước - chúng ta thấy về cơ bản có hai loại tội: không cố ý và cố ý, hay vô tình và c, hay như Dân số Ký 15 chép, vô ý và "ngạo mạn" (Dân 15:27–31). Đây ắt hẳn là điều trước giả sách Hê-bơ-rơ nghĩ đến, "ngu dốt" hay "kém hiểu biết" chỉ về những tội vô tình phạm phải và "lầm lỡ" hay "sai lầm" chỉ tội cố ý phạm.

Nói cách khác, khi Hê-bơ-rơ 5:2 nói rằng Chúa Giê-xu "có thể khoan dung đối với kẻ kém hiểu biết và kẻ lầm lỡ" thì ý ở đây là Chúa Giê-xu khoan dung và chỉ khoan dung đối với những tội nhân nào đến với Ngài, bất luận vi phạm cụ thể của họ là gì và nó tàn ác đến mức nào.[1] Điều khêu lên sự dịu dàng nơi Chúa Giê-xu không phải tính chất nghiêm trọng của tội lỗi mà là tội nhân có đến với Ngài không. Cho dù vi phạm của chúng ta là gì, Ngài vẫn khoan dung với chúng ta. Nếu chúng ta không bao giờ đến với Ngài, chúng ta sẽ kinh nghiệm sự đoán phạt dữ tợn giống như gươm hai lưỡi ra từ miệng Ngài nhắm vào chúng ta (Khải 1:16; 2:12; 19:15, 21). Nếu chúng ta đến với Ngài, thì sự đoán phạt kinh khiếp như sư tử của Ngài đến với chúng ta thể nào, thì sự dịu dàng như chiên con của Ngài cũng dành cho chúng ta (đối chiếu

---

[1] Owen biện luận cho ý này và trình bày hết sức nhẹ nhàng: John Owen, *An Exposition of the Epistle to the Hebrews*, in *The Works of John Owen*, vol. 21, ed. W.H. Goold (repr., Edinburgh: Banner of Truth, 1968), 457–61.

Khải 5:5–6; Ê-sai 40:10–11). Chúng ta sẽ được bao bọc trong sự đoán phạt hoặc trong sự dịu dàng. Chúa Giê-xu sẽ không trung lập với bất kỳ ai.

Hãy suy ngẫm ý nghĩa của tất cả những điều này. Khi phạm tội, chúng ta được khuyến khích trình dâng cho Chúa Giê-xu vì Ngài biết sẽ tiếp nhận chúng ta như thế nào. Ngài không đối xử với ta cách thô bạo. Ngài không cau có hay trách mắng. Ngài không chửi như tát nước, cách mà nhiều bậc phụ huynh hay làm. Việc Ngài kiềm chế không phải vì Ngài giảm nhẹ tình trạng tội lỗi của chúng ta. Ngài biết tình trạng tội lỗi của chúng ta rõ hơn chúng ta rất nhiều. Thật vậy, chúng ta chỉ biết phần đỉnh tảng băng băng hoại của mình, ngay cả trong những khoảnh khắc mình hiểu mình nhất. Sự tiết chế của Ngài hoàn toàn phát xuất từ tấm lòng dịu dàng dành cho dân Ngài. Hê-bơ-rơ không chỉ cho chúng ta biết rằng thay vì trách mắng thì Chúa Giê-xu yêu mến chúng ta. Hê-bơ-rơ nói cho ta biết kiểu tình yêu Ngài dành cho chúng ta: thay vì từ trên cao ban phát ân điển Ngài cho chúng ta, thì Ngài lại xuống với chúng ta, choàng tay ôm chúng ta, đối xử với chúng ta đúng với điều chúng ta cần. Ngài khoan dung với ta.

Có lẽ phần chú giải ý nghĩa nhất được viết trong thư Hê-bơ-rơ cho đến giờ là tác phẩm của John Owen. Trong số các tác phẩm của Owen được tập hợp lại gồm hai mươi ba tập, hết bảy tập là giải thích từng câu một trong sách Hê-bơ-rơ.[2] Ông phải mất gần hai mươi năm để hoàn tất, tập đầu tiên được xuất bản năm 1668 và tập cuối cùng năm 1684. Nhà giải kinh lớn của sách Hê-bơ-rơ này nói gì về điều Hê-bơ-rơ 5:2 đang muốn nói với chúng ta? Owen viết rằng khi Kinh thánh cho chúng ta biết thầy tế lễ thượng phẩm "có thể khoan dung đối với những người kém hiểu biết hoặc lầm lỡ", thì có nghĩa là Ngài

> Không còn loại bỏ tội nhân đáng thương vì sự kém hiểu biết và sai lầm của họ, cũng như người cha không thể đem quăng đứa con còn bú mẹ vì nó khóc... Vì thế, với thầy tế lễ thượng phẩm cũng thế và với Chúa Giê-xu Christ cũng vậy. Với tất cả sự nhu mì và hiền lành, với lòng kiên nhẫn và tiết chế, Ngài có thể chịu đựng những yếu đuối, tội lỗi,

---

[2] Tôi thích ấn bản do Banner of Truth phát hành (Edinburgh, 1968). Một ấn bản phê bình mới các tác phẩm của Owen đang được Crossway soạn thảo dự kiến rải ra ba mươi quyển.

và những sự khiêu khích của dân Ngài, như một bà vú hay người cha chăm con chịu đựng đứa trẻ đáng thương... bằng sự nhu mì.[3]

Chúa Giê-xu không thể khư khư khoanh tay đứng nhìn bạn, cũng như người cha yêu thương có đứa con mới sinh hay khóc không thể khư khư khoanh tay đứng nhìn đứa con yêu dấu của mình. Lòng của Ngài đã bị hút về phía bạn. Không gì có thể trói buộc tình cảm của Ngài với thiên đàng, trái tim Ngài rộng mở yêu thương. Hơn thế nữa, "sự nhu mì và hiền lành", "sự kiên nhẫn và tiết chế" của Đấng Christ không phải là điều thứ yếu hay ngẫu nhiên trong bản chất của Ngài, như thể niềm vui đích thực nhất của Ngài là ở chỗ nào đó khác. Chính sự quan tâm này, chính cách đối xử dịu dàng với mọi loại tội nhân này là điều tự nhiên nhất đối với Ngài. Owen nói tiếp rằng "trong cách đối xử với chúng ta, Đấng Christ không phô bày bất kỳ thuộc tính nào trong bản tính của Ngài, như thương xót, nhẫn nại và khoan dung, một cách đầy đủ hơn hay thích đáng hơn"[4]. Nói cách khác, khi Chúa Giê-xu "khoan dung" với chúng ta, Ngài đang làm điều phù hợp và tự nhiên nhất đối với Ngài.

Thật vậy, dựa vào tình trạng tội lỗi, việc Chúa Giê-xu chưa từ bỏ chúng ta chứng tỏ điều thôi thúc và niềm vui sâu đậm nhất của Ngài là dịu dàng nhẫn nại. Owen nói rằng cách đối xử dịu dàng này của thầy tế lễ thượng phẩm "khi được áp dụng cho Chúa Giê-xu Christ là sự khích lệ và an ủi lớn nhất cho tín nhân. Nếu trong Ngài không có tính cách này một cách đầy đủ tuyệt đối, thì hẳn Ngài đã phải từ bỏ tất cả chúng ta vì không hài lòng rồi"[5]. Đó là cách cổ xưa, vụng về của Owen để nói rằng: tình trạng tội lỗi của chúng ta nghiêm trọng đến nỗi cách đánh giá đức nhu mì từ Chúa Giê-xu một cách nhạt nhẽo, lãnh đạm của chúng ta sẽ không đầy đủ; nhưng tội lỗi của chúng ta càng nhiều thì đức nhu mì của Ngài càng thêm.

———

Nhưng tại sao? Tại sao Đấng Christ lại khoan dung với chúng ta?

[3] Owen, *Works*, 21:455–56.
[4] Owen, *Works*, 21:462.
[5] Owen, *Works*, 21:454.

Bản văn cho chúng ta biết: "Người đã bị vây trong sự yếu đuối."

Trong ngữ cảnh trực tiếp, ý này nói đến chức vụ thầy tế lễ thượng phẩm nói chung. Câu tiếp theo cho thấy rõ ý này. Câu này nói đến việc thầy tế lễ thượng phẩm cần dâng sinh tế vì tội của chính mình (5:3), điều mà Chúa Giê-xu không cần phải thực hiện (7:27). Nhưng hãy nhớ lại điều chúng ta đã biết trước đó vài câu, trong 4:15 – chính Chúa Giê-xu, dù "chẳng phạm tội", nhưng có thể "cảm thông *sự yếu đuối* chúng ta" (cùng một từ Hy Lạp được dùng ở 5:2) là "Đấng bị cám dỗ đủ mọi cách như chúng ta". Chúa Giê-xu không có tội. Nhưng Ngài đã trải qua mọi điều mà một con người thật sự sống trong thế giới sa ngã này phải gặp: sự yếu đuối khi chịu khổ, khi bị cám dỗ và mọi giới hạn khác của con người (xem thêm 2:14–18). Các thầy tế lễ thượng phẩm khác nhau suốt lịch sử Y-sơ-ra-ên là những người yếu đuối và tội lỗi; còn thầy tế lễ thượng phẩm là Chúa Giê-xu yếu đuối nhưng vô tội (đối chiếu 2 Cô 13:5).

Cho nên, ngược với điều chúng ta thường cho là đúng, chúng ta càng yếu đuối, càng chịu khổ, càng bị thử nghiệm, thì Đấng Christ lại càng cảm thông với chúng ta. Khi chúng ta chìm ngập trong đau đớn và thống khổ, là lúc chúng ta càng đang đi sâu vào chính tấm lòng của Đấng Christ, chứ không phải đi xa hơn.

Hãy tin cậy Đấng Christ. Ngài khoan dung đối với bạn. Đó là cách cư xử duy nhất Ngài biết đến. Ngài là Thầy tế lễ thượng phẩm để chấm dứt chức vụ của các thầy tế lễ thượng phẩm. Chừng nào bạn còn tập chú vào tội của mình, thì bạn sẽ không nhìn thấy cách bạn có thể được an toàn. Nhưng hễ khi nào bạn tin cậy Thầy tế lễ thượng phẩm này, thì bạn sẽ không thấy mình có thể gặp nguy hiểm ra sao. Nhìn vào bản thân mình, chúng ta có thể chỉ thấy trước sự khắc nghiệt từ thiên đàng. Nhìn lên Đấng Christ, chúng ta chỉ có thể thấy trước sự hiền lành.

Chương 6

Ta Sẽ Không Bao Giờ Bỏ Ra Ngoài

Ai đến với Ta, Ta sẽ không bỏ ra ngoài đâu.
Giăng 6:37

Mọi điều Thomas Goodwin và John Owen có – uyên bác, học cao hiểu rộng, có đầu óc phân tích, rất quen thuộc với những trường đại học tốt nhất thế giới - thì John Bunyan lại không có. Bunyan nghèo và thất học. Theo tiêu chuẩn của đời, mọi thứ đều không thuận lợi để Bunyan để lại ấn tượng lâu dài trong lịch sử nhân loại. Nhưng đây lại là cách hành động mà Chúa yêu thích: chọn người bị gạt ra ngoài lề và bị xem thường để ban cho họ vai trò chủ chốt thầm lặng trong việc bày tỏ lịch sử cứu chuộc. Dù mang văn phong bình dân hơn nhiều, nhưng Bunyan cũng có khả năng khiến độc giả nhìn thấy được tấm lòng của Christ như Goodwin đã làm.

Bunyan nổi tiếng nhất với quyển *Thiên Lộ Lịch Trình*. Ngoài Kinh thánh thì đây là quyển sách bán chạy nhất trong lịch sử. Nhưng ông cũng là tác giả của năm mươi bảy quyển sách khác. Một trong những quyển thú vị nhất là *Come and Welcome to Jesus Christ*, được viết năm 1678. Sự ấm áp của đề tựa cũng là đặc điểm của toàn bộ luận thuyết. Với phong cách tiêu biểu của Thanh giáo, Bunyan lấy một câu Kinh thánh rồi viết cả quyển sách về câu đó, suy ngẫm chi tiết về câu ấy. Câu Kinh thánh cho quyển *Come and Welcome to Jesus Christ* là Giăng 6:37. Khi xưng nhận chính mình là bánh sự sống được ban cho người đói khát tâm linh (Giăng 6:32–40), Chúa Giê-xu tuyên bố:

> Tất cả những người Cha Ta ban cho Ta đều đến với Ta; ai đến với Ta, Ta sẽ không bỏ ra ngoài đâu.

Đó là một trong những câu Kinh thánh Bunyan yêu thích, bằng chứng là ông thường xuyên trích dẫn câu này trong các tác phẩm của mình. Nhưng cụ thể trong quyển sách này, ông chọn và tập trung vào câu Kinh thánh này mà thôi, suy ngẫm từ mọi góc độ, chắt lọc các ý tưởng.

Có cả núi thần học an ủi trong câu Kinh thánh này. Hãy xem điều Chúa Giê-xu nói:

- "Tất cả..." chứ không phải "hầu hết". Một khi Cha chăm xem một tội nhân lạc lối cách trìu mến, thì tội nhân đó chắc chắn được cứu.
- "...Cha..." Sự cứu chuộc của chúng ta không phải là việc Con đầy nhân từ cố gắng làm nguôi cơn thịnh nộ của Cha. Chính Cha định việc giải cứu chúng ta. Ngài chủ động với tấm lòng yêu thương (chú ý câu 38).
- "...ban cho...", không phải "mặc cả". Cha vô cùng vui thích khi tự nguyện giao phó những kẻ nổi loạn cứng đầu vào bàn tay chăm sóc nhân từ của Con Ngài.
- "...đến..." Không ai có thể cản trở mục đích cứu rỗi tội nhân của Chúa. Ngài không hề nản lòng. Ngài không bao giờ cạn kiệt sức lực. Nếu Cha kêu gọi chúng ta, thì chúng ta *sẽ* đến với Đấng Christ.
- "...ai đến..." Nhưng chúng ta không phải người máy. Mặc dù rõ ràng Cha là Đấng giám sát tối cao sự cứu chuộc, nhưng chúng ta không bị lôi kéo đến với Đấng Christ khi mình không muốn. Ân điển thiên thượng triệt để đến nỗi nó chạm đến và làm chuyển hướng những ước muốn của chúng ta. Mắt ta mở ra. Đấng Christ trở nên đẹp đẽ. Ta đến với Ngài. Bất kỳ ai – "hễ ai" – cũng được hoan nghênh. Hãy đến và đón nhận Chúa Giê-xu Christ.
- "...đến với Ta..." Chúng ta không đến với một hệ thống giáo lý. Chúng ta không đến với nhà thờ. Chúng ta thậm chí cũng không đến với Phúc Âm. Tất cả những điều này đều cần thiết. Nhưng quan trọng nhất là chúng ta đến với một Con người, với chính Đấng Christ.

Bunyan rút ra tất cả những ý này và hơn thế nữa. Đây là quyển sách đáng đọc cho đến hết.[1] Nhưng chính những lời cuối cùng trong câu này là phần mà ông dừng lại lâu nhất, phần có ý nghĩa nhất đối với ông. Trong phần giữa của sách, ông nêu lên những nghi ngờ thâm căn cố đế của chúng ta về tình yêu sâu đậm của Đấng Christ. Sử dụng bản dịch King James, Bunyan viết:

Những người đến với Chúa Giê-xu Christ thường thật sự lo sợ rằng Ngài sẽ không tiếp nhận họ.

Quan sát này được ngầm hiểu trong bản văn. Tôi suy luận từ sự thẳng thắn và rộng lượng của lời hứa: "Ta sẽ không đời nào bỏ ra ngoài đâu." Vì nếu chúng ta không hay "lo sợ bị bỏ ra ngoài", thì Đấng Christ không cần phải ngăn chặn nỗi sợ hãi của chúng ta, như Ngài làm qua cách diễn đạt lạ và tuyệt vời này "không đời nào".

Có thể nói không cần phải có sự khôn ngoan của thiên đàng thì mới nghĩ ra lời hứa như thế và nói ra với tốc độ như thế với mục đích mà chỉ cần bằng một cú đấm đã đập tan mọi chống đối của những tội nhân sẽ đến với Ngài, nếu họ không có khuynh hướng chống đối đến mức làm cho chính linh hồn của họ cũng chán nản.

Từ "không đời nào" chặn đứng mọi lời chống đối và nó được thốt ra bởi Cứu Chúa Giê-xu vì chính mục đích đó: giúp đỡ những tội nhân với đức tin bị pha lẫn với sự không tin. Có thể nói, đây là tổng hợp của tất cả những lời hứa; không có nguyên do chống đối nào bắt nguồn từ tình trạng không xứng đáng bạn nhận thấy trong chính mình mà lời hứa này không thể tha thứ được.

Bạn nói, nhưng con là một tội nhân kinh khủng.

Đấng Christ phán: "Ta sẽ không đời nào bỏ ra ngoài đâu."

Bạn nói, nhưng con là một tội nhân lão luyện.

Đấng Christ phán: "Ta sẽ không đời nào bỏ ra ngoài đâu."

Bạn nói, nhưng con là một tội nhân cứng lòng.

---

[1]Đây là một quyển sách độc lập, được xuất bản bởi Banner of Truth: *Come and Welcome to Jesus Christ* (Edinburgh: Banner of Truth, 2004); có thể tìm đọc trong tập 1 của bộ *The Works of John Bunyan*, 3vols., ed. George (repr., Edinburgh: Banner of Truth, 1991), 240–99.

Đấng Christ phán "Ta sẽ không đời nào bỏ ra ngoài đâu."
Bạn nói nhưng con là một tội nhân sa ngã.

    Đấng Christ phán: "Ta sẽ không đời nào bỏ ra ngoài đâu."
Bạn nói, nhưng cả đời con đã hầu việc Sa-tan trọn đời mình.

    Đấng Christ phán: "Ta sẽ không đời nào bỏ ra ngoài đâu."
Bạn nói, nhưng con đã phạm tội với sự sáng.

    Đấng Christ phán: "Ta sẽ không đời nào bỏ ra ngoài đâu."
Bạn nói, nhưng con đã phạm tội với lòng thương xót.

    Đấng Christ phán: "Ta sẽ không đời nào bỏ ra ngoài đâu."
Bạn nói, nhưng con chẳng có điều gì tốt để mang theo.

    Đấng Christ phán: "Ta sẽ không đời nào bỏ ra ngoài đâu."

Lời hứa này được ban ra để đáp trả mọi sự chống đối và thật là như vậy.[2]

Thời nay, chúng ta không còn dùng cụm từ "không đời nào", nhưng đó là cách nói trong Anh ngữ thế kỷ mười bảy để diễn đạt ý phủ định dứt khoát của Giăng 6:37 trong tiếng Hy Lạp. Bản văn theo nghĩa đen là "người đến cùng Ta thì Ta sẽ không - *không* bỏ ra ngoài". Đôi khi, giống như ở đây, tiếng Hy Lạp dùng hai từ phủ định được chồng lên nhau để diễn đạt tính chất nhấn mạnh và thuyết phục trong văn chương. "Ta chắc chắn sẽ không bao giờ, không bao giờ bỏ ra ngoài đâu." Ý phủ định dứt khoát rằng Đấng Christ sẽ không hề bỏ chúng ta ra ngoài là điều mà Bunyan gọi là "cách diễn đạt kỳ lạ và tuyệt vời".

Bunyan tìm kiếm điều gì?

Lời tuyên bố của Chúa Giê-xu trong Giăng 6:37 và quyển *Come and Welcome to Jesus Christ* và câu trích này ở trọng tâm của quyển sách đó, tất cả đều tồn tại nhằm giúp chúng ta an tâm về bản chất không thay đổi của tấm lòng Đấng Christ. Chúng ta nói "Nhưng con..." Còn Ngài phán "Ta sẽ không bao giờ bỏ ra ngoài đâu."

Tội nhân sa ngã, lo lắng tự nghĩ ra vô số lý do để cho rằng Chúa Giê-xu sẽ bỏ họ ra ngoài. Chúng ta là những công nhân sản xuất hàng loạt những thứ kháng cự tình yêu của Đấng Christ mới. Ngay cả khi chúng ta không tìm ra được lý do xác đáng nào để bị bỏ ra ngoài, chẳng hạn

---

[2]Bunyan, *Come and Welcome to Jesus Christ*, trong *Works*, 1:279–80; ngôn từ đã được cập nhật một chút.

như tội lỗi hay thất bại nhất định nào đó, thì chúng ta cũng vẫn giữ cảm giác mơ hồ rằng, nếu có đủ thời gian, thì thể nào cuối cùng Chúa Giê-xu cũng sẽ mỏi mệt với chúng ta và giữ khoảng cách với chúng ta. Bunyan hiểu chúng ta. Ông biết chúng ta thường bẻ cong sự bảo đảm của Chúa.

Chúng ta vừa nói, vừa thận trọng tiến đến gần Chúa Giê-xu "Khoan đã, Chúa không hiểu gì hết. Con *thật sự* đã làm rối tung mọi thứ lên, tất cả mọi thứ".

Ngài đáp *Ta biết.*

"Dĩ nhiên Ngài biết phần lớn những việc đó. Chắc chắn Ngài biết nhiều hơn những gì người khác thấy. Nhưng sâu thẳm bên trong con người con là sự hư hỏng mà không ai thấy hết được."

Ta biết hết tất cả.

"À, vấn đề là, không phải chỉ là quá khứ, mà cả hiện tại của con nữa đó!"

Ta hiểu.

"Nhưng con không biết lúc nào con mới có thể thoát khỏi điều đó."

Con chính là kiểu người Ta đến để giúp đỡ.

"Gánh nặng ấy nặng lắm - càng lúc càng nặng đó Chúa!"

Vậy hãy để Ta mang cho.

"Nó nặng lắm, không mang nổi đâu ạ!"

Nhưng Ta mang nổi.

"Ngài không hiểu rồi. Những vi phạm của con không hướng vào người khác. Con phạm tội với Ngài."

Vậy thì Ta là người thích hợp nhất để tha thứ những vi phạm đó.

"Nhưng càng phát hiện sự xấu xí trong con, thì Ngài sẽ càng sớm ngán ngẩm với con."

Ai đến cùng Ta, Ta sẽ không hề bỏ ra ngoài đâu.

––––––––

Bằng khẳng định chắc nịch làm cho mọi miệng lưỡi đều phải câm nín, Bunyan kết thúc danh sách những lời chống đối chúng ta đưa ra khi đến với Chúa Giê-xu. "Lời hứa này là để trả lời cho mọi lời chống đối và đúng như vậy". Vụ án khép lại. Chúng ta không thể đưa ra một lý do nào để Đấng Christ đóng chặt cửa lòng với chính bầy chiên của Ngài. Không có lý do nào cả. Bạn bè ai cũng có giới hạn của mình. Nếu chúng ta xúc phạm đến một giới hạn nào đó, nếu mối quan hệ bị phá hỏng đến một giới hạn nào đó, nếu chúng ta phản bội đến một giới hạn nào đó, thì chúng ta sẽ bị từ bỏ. Các bức tường sẽ được dựng lên. Với Đấng Christ, tội lỗi và những yếu đuối của chúng ta chính là những mục trong sơ yếu lý lịch khiến chúng ta đủ tiêu chuẩn để đến gần Ngài. Ngài không đòi hỏi một điều gì, trừ việc đến với Ngài đầu tiên là vào lúc tin nhận Chúa và hàng ngàn lần sau đó cho đến khi chúng ta về với Ngài khi qua đời.

Có lẽ không phải tội lỗi mà chính những đau khổ khiến một số người trong chúng ta nghi ngờ sự kiên nhẫn của tấm lòng Đấng Christ. Khi nỗi đau chồng chất, khi sự tê liệt tiếp quản, thời gian qua đi, vào một lúc nào đó, kết luận dường như hiển nhiên đó là: chúng ta đã bị bỏ ra ngoài. Nhưng chắc chắn đây không phải cuộc đời của người đã được chôn chặt trong tấm lòng của Đấng Cứu Thế nhu mì và khiêm nhường. Nhưng Chúa Giê-xu không nói rằng những người sống không hề biết đến đau khổ thì không bao giờ bị bỏ ra ngoài. Ngài nói rằng những ai đến với Ngài thì không bao giờ bị bỏ ra ngoài. Không phải chuyện cuộc sống mang đến điều gì cho chúng ta, mà chuyện chúng ta thuộc về ai mới là điều quyết định tấm lòng yêu thương của Đấng Christ dành cho chúng ta.

Điều duy nhất chúng ta cần làm để tận hưởng tình yêu đó là đến với Ngài. Là cầu xin Ngài tiếp nhận chúng ta. Ngài không nói "Hễ ai đến với Ta với lòng ăn năn đúng mức" hay "Hễ ai đến với Ta cảm thấy áy náy đủ về tội của mình" hay "Hễ ai đến với Ta với nỗ lực gấp đôi." Ngài nói "Hễ ai đến với Ta, Ta sẽ không bỏ ra ngoài đâu."

Khả năng giải quyết của chúng ta không có trong công thức duy trì ý muốn tốt lành của Ngài. Khi bé Bên-gia-min hai tuổi của tôi bắt đầu bước xuống đoạn dốc thoai thoải để vào hồ bơi gần nhà thì theo bản năng, cháu nắm lấy tay tôi. Bé càng nắm chặt hơn khi đi xuống mực nước sâu hơn. Nhưng sức nắm của một đứa trẻ hai tuổi thì không quá mạnh. Thật ra ngay từ đầu, không phải đứa bé nắm tay tôi mà là tôi nắm tay bé. Để bé tự nắm thì chắc chắn nó sẽ tuột khỏi tay tôi. Nhưng khi tôi quyết định không để bé tuột khỏi tay mình thì bé sẽ được an toàn. Bé không thể rời xa tôi nếu nó vẫn nắm tay tôi.

Với Đấng Christ cũng vậy. Đúng là chúng ta bám lấy Ngài. Nhưng sức nắm của chúng ta là sức của đứa bé hai tuổi giữa những cơn ba đào của cuộc đời. Còn sức nắm của Ngài là chắc chắn và sẽ không hề dao động. Thi Thiên 63:8 nói lên chân lý gồm hai phương diện: "Linh hồn con bám chặt lấy Chúa; tay phải Chúa nâng đỡ con."

Chúng ta đang nói đến một việc sâu xa hơn giáo lý sự đảm bảo đời đời, hay "đã được cứu thì mãi mãi được cứu" – một giáo lý vinh hiển, giáo lý chân thật - đôi khi được gọi là sự bền đỗ của thánh đồ. Chúng ta đã đi sâu hơn vào giáo lý về sự bền đỗ hay sự kiên nhẫn của tấm lòng Đấng Christ. Phải, những người xưng mình là Cơ Đốc nhân vẫn có thể bội đạo, chứng tỏ họ chưa hề thật sự ở trong Đấng Christ. Phải, một khi tội nhân được hiệp nhất với Đấng Christ, thì không điều gì có thể phân rẽ họ. Nhưng ngay trong cấu trúc căn bản của những giáo lý này, đâu là nhịp đập trái tim Đức Chúa Trời được tỏ rõ qua Chúa Giê-xu? Đâu là bản năng sâu xa nhất của Ngài khi tội lỗi và nỗi đau khổ của chúng ta chất chồng? Điều gì khiến Ngài không thể lạnh lùng? Câu trả lời là tấm lòng của Ngài. Công tác chuộc tội của Con, được Cha ra lệnh và được Thánh Linh áp dụng, đảm bảo rằng chúng ta được an ninh đời đời. Nhưng đoạn Kinh thánh như Giăng 6:37 đảm bảo với chúng ta rằng đây không chỉ là vấn đề mệnh lệnh thiên thượng mà là ao ước thiên thượng. Đây là niềm vui của Thiên Chúa. Đấng Christ phán hãy đến cùng Ta. Ta sẽ giữ con trong nơi sâu kín nhất của Ta và không bao giờ buông con ra.

Có bao giờ bạn suy nghĩ bạn thật sự là người như thế nào khi ở trong Đấng Christ không? Để kéo người không đủ tiêu chuẩn nhận được cái ôm yêu thương như bạn vào lòng Đấng Christ bây giờ và ở cõi đời đời, thì chính Đấng Christ sẽ phải bị kéo từ thiên đàng xuống và được đặt lại vào mộ phần. Sự chết và sự sống lại của Đấng Christ khiến cho Ngài không bao giờ bỏ kẻ thuộc về Ngài ra ngoài, cho dù họ có thất bại bao nhiêu lần. Nhưng làm cho sống động công của Đấng Christ là trọng tâm của Ngài. Ngài không thể chịu được việc tách rời khỏi người thuộc về Ngài, ngay cả khi họ đáng bị lìa bỏ nhất.

"Nhưng con...."

Bạn lại phản đối. Không điều gì có thể đe doạ những lời chắc như đinh đóng cột này: "Ai đến với Ta, Ta sẽ không bỏ ra ngoài đâu".

Với những người được hiệp một với Ngài, tấm lòng của Chúa Giê-xu không phải là chỗ trọ, mà là nơi ở mới vĩnh cửu của bạn. Bạn không phải người ở thuê, bạn là một đứa con. Tấm lòng của Ngài không phải là quả bom hẹn giờ, tấm lòng của Ngài là đồng cỏ xanh tươi và mé nước bình tịnh của vô số những lời đảm bảo về sự hiện diện và an ủi của Ngài; bất chấp những thành tựu thuộc linh hiện tại của chúng ta là gì. Đó chính là bản tính của Ngài.

Chương 7

Điều Tội Lỗi Khơi Dậy

Tim Ta rung động.
Ô-sê 11:8

Có lẽ chúng ta không thể nào hình dung đầy đủ mức độ khủng khiếp của địa ngục và sự dữ tợn của công lý báo thù và cơn thịnh nộ công bình sẽ quét qua những người không thuộc về Đấng Christ vào ngày cuối cùng. Có lẽ từ *dữ tợn* ở đây nghe có vẻ như cơn thịnh nộ của Đức Chúa Trời sẽ không thể kiểm soát được hay quá nghiêm trọng. Nhưng không có việc gì là không thể kiểm soát hay bất cân xứng đối với Đức Chúa Trời.

Lý do chúng ta cảm thấy như thể cơn thịnh nộ thiên thượng có thể dễ dàng bị cường điệu vì chúng ta không cảm nhận được sức nặng thật sự của tội lỗi. Khi suy ngẫm về điều này, Martyn Lloyd-Jones nói như sau:

> Bạn sẽ không bao giờ cảm thấy mình là tội nhân, bởi vì bên trong bạn có một cơ chế, là hậu quả của tội lỗi, sẽ luôn luôn bảo vệ bạn trước mọi lời cáo buộc. Chúng ta ai cũng nghĩ chính mình rất tốt đẹp và lúc nào cũng có thể đưa ra lý do để bênh vực cho mình. Ngay cả khi chúng ta cố gắng tự cảm thấy mình là tội nhân, thì chúng ta cũng sẽ không bao giờ làm như vậy. Chỉ có một cách duy nhất để biết rằng chúng ta là tội nhân, đó là nhận thức dù chỉ mập mờ, mơ hồ về Đức Chúa Trời.[1]

Nói cách khác, chúng ta không cảm nhận được sức nặng tội lỗi của mình vì đó là tội của mình. Nếu chúng ta đã nhìn thấy cách rõ ràng hơn

---

[1]Martyn Lloyd-Jones, *Seeking the Face of God: Nine Reflections on the Psalms* (Wheaton, IL: Crossway, 2005), 34.

tội lỗi xảo quyệt, lan tràn và ghê tởm đến nhường nào và như Lloyd-Jones nói ở trên, chúng ta chỉ có thể thấy điều này khi nhìn thấy vẻ đẹp và sự thánh khiết của Đức Chúa Trời - thì chúng ta sẽ biết rằng tội ác của con người đòi hỏi sự đoán phạt nghiêm khắc và cân xứng từ Chúa. Ngay cả một người cảm biết sâu xa về tấm lòng yêu thương của Đấng Christ như Thomas Goodwin cũng không gặp khó khăn gì khi quả quyết rằng nếu "cơn thịnh nộ của Ngài đối với tội lỗi là lửa", thì "tất cả ống thổi dưới đất này đều sẽ... không thể làm cho lò lửa nóng đủ"[2].

Chúng ta hầu như không thể hiểu được sự kinh khiếp từ Chúa đang chờ đợi những kẻ ở ngoài Đấng Christ thể nào, thì chúng ta cũng hầu như không thể hiểu sự dịu dàng của Chúa dành cho những người ở trong Đấng Christ thể ấy. Có thể chúng ta cảm thấy xấu hổ, không thoải mái hay thậm chí thấy có lỗi khi nhấn mạnh sự nhân từ của Đức Chúa Trời chẳng khác nào khi chúng ta nhấn mạnh cơn thịnh nộ của Ngài vậy. Nhưng Kinh thánh không hề có cảm giác không thoải mái như thế. Hãy đọc Rô-ma 5:20 "nơi nào tội lỗi gia tăng thì ân điển lại càng dư dật hơn". Ân điển dư dật của Ngài hơn lúc nào hết vượt xa tội lỗi và sự xấu hổ của những người ở trong Đấng Christ. Khi chúng ta cảm thấy như thể những ý nghĩ, lời nói và hành động của mình đang làm giảm đi ân điển của Chúa dành cho mình, thì tội lỗi và những thất bại đó thật ra đang khiến ân điển ấy càng trào dâng thêm.

Nhưng chúng ta hãy nhét nguyên tắc bất khả xâm phạm này vào hệ thống tổng thể của Phúc Âm. Trước giờ chúng ta luôn nói đến ân điển của Chúa và cách ân điển đó được sử dụng luôn luôn là để đáp ứng nhu cầu rộng lớn. Nhưng không có "thứ" ân điển nào như thế. Đó là thần học của Công Giáo La Mã, thần học cho rằng ân điển là thứ của báu được dự trữ có thể tiếp cận qua nhiều phương cách được kiểm soát cách cẩn thận khác nhau. Còn ân điển của Chúa đến với chúng ta cũng giống như Chúa Giê-xu Christ đến với chúng ta. Phúc Âm Kinh thánh không đem đến cho chúng ta một vật, mà là một con người.

---

[2]Thomas Goodwin, *Of Gospel Holiness in the Heart and Life*, trong *The Works of Thomas Goodwin*, 12 vols. (repr., Grand Rapids, MI: Reformation Heritage, 2006), 7: 194.

Chúng ta hãy đào sâu hơn. Chúng ta nhận được gì khi Đấng Christ được ban cho chúng ta? Nói cách sâu sắc hơn, nếu chúng ta có thể nói đến ân điển như là điều luôn luôn được lấy ra từ tội lỗi của chúng ta, nhưng đến với chúng ta chỉ thông qua chính Đấng Christ mà thôi, thì chúng ta phải đối diện với một phương diện quan trọng trong bản chất của Đấng Christ - phương diện trong Kinh thánh mà người Thanh giáo thích suy ngẫm: *khi chúng ta phạm tội, thì chính tấm lòng của Đấng Christ hướng đến chúng ta.*

———

Điều này có thể khiến một số người trong chúng ta lùi lại. Nếu Đấng Christ thánh khiết hoàn toàn, chẳng lẽ Ngài không cần phải rút lui khỏi tội lỗi sao?

Ở đây, chúng ta bước vào một trong những điều mầu nhiệm có ảnh hưởng sâu sắc nhất đó là Đức Chúa Trời là ai trong Đấng Christ. Sự thánh khiết và tình trạng tội lỗi không chỉ loại trừ lẫn nhau, mà trong sự thánh khiết trọn vẹn, Đấng Christ cũng nếm biết và cảm nhận được sự kinh khiếp cùng sức nặng của tội lỗi một cách sâu xa hơn bất kỳ ai trong chúng ta - những con người tội lỗi - có thể cảm nhận. Tương tự, lòng người càng trong sạch thể nào, thì người ấy càng thấy kinh khiếp khi nghĩ đến việc người hàng xóm của mình bị cướp hay bị lạm dụng thể ấy. Ngược lại, lòng người càng băng hoại, thì người đó càng ít bị tác động bởi những điều ác xung quanh.

Ngẫm nghĩ sâu hơn một chút. Việc tấm lòng càng trong sạch thì càng kinh khiếp trước điều ác thể nào, thì tấm lòng càng trong sạch sẽ càng tự nhiên tuôn đổ để giúp đỡ, giải cứu, bảo vệ và an ủi, trong khi tấm lòng bại hoại thì thờ ơ, lạnh lùng. Đấng Christ cũng vậy. Sự thánh khiết của Ngài khiến Ngài ghê tởm điều ác, ghê tởm hơn bất kỳ ai trong chúng ta. Nhưng chính sự thánh khiết đó cũng khiến tấm lòng Ngài tuôn đổ để giúp đỡ, giải cứu, bảo vệ và an ủi. Chúng ta cần nhớ sự khác biệt quan trọng nhất giữa người ở trong Đấng Christ và người không ở trong Đấng Christ. Với những người không thuộc về Ngài, tội lỗi khuấy động cơn thịnh nộ của Chúa. Làm sao một Đức Chúa Trời nghiêm túc về đạo đức lại có thể phản ứng khác được? Còn với những ai thuộc về Ngài, thì tội lỗi khơi gợi lên niềm khao khát, tình yêu và sự dịu dàng của Chúa. Trong đoạn Kinh thánh nói về sự thánh khiết của Chúa (Ê-sai 6:1–8), sự thánh khiết ấy (6:3) tự nhiên và ngay tức thì chảy vào sự tha thứ và thương xót (6:7).

Đây là cách Goodwin giải thích khi khép lại quyển *The Heart of Christ* bằng một loạt những áp dụng khép lại cuốn sách. Suy ngẫm về "những lời an ủi và khích lệ" của chúng ta khi chính Đấng Christ cảm nhận nỗi đau vì tội và sự chịu khổ của chính chúng ta, ông viết:

> Ý nghĩ chính tội lỗi của bạn làm lay động lòng thương xót của Đấng Christ hơn là khuấy động sự tức giận của Ngài mang đến cho chúng ta sự an ủi khi nghĩ về những yếu đuối của mình... Vì Ngài chịu khổ với chúng ta trong những sự vi phạm của chúng ta và những sự vi phạm ấy đồng nghĩa với những tội cố ý cũng như những đau khổ khác... Đấng Christ dự phần với bạn và Ngài không hề phẫn nộ với bạn, vì mọi cơn giận của Ngài đều hướng về tội của bạn để huỷ phá nó; nhưng lòng thương xót của Ngài dành cho bạn lại càng gia tăng, khác nào lòng người cha dành cho đứa con mắc chứng bệnh đáng ghê tởm, hay như một người đối với thành viên trong "thân thể" mình bị bệnh phong hủi, người ấy không ghét thành viên ấy vì đó là "thân thể" mình, nhưng ghét bệnh phong hủi và đó là điều khiến người ấy càng thương xót người bạn bị bệnh phong hủi của mình hơn. Chẳng phải là điều ích lợi cho chúng ta sao,[3] khi tội chúng ta chống lại Đấng Christ và chính chúng ta sẽ trở thành động cơ khiến Ngài càng thương xót chúng ta hơn?
>
> Nỗi đau khổ càng lớn, thì lòng thương xót dành cho người chịu khổ mà ta yêu mến càng nhiều thêm. Trong tất cả những nỗi khốn khổ thì tội lỗi là nỗi khốn khổ lớn nhất. Khi bạn nhìn nó như thế, thì Đấng Christ cũng nhìn tội lỗi như vậy. Và vì yêu con người bạn, Ngài chỉ ghét tội lỗi mà thôi, lòng căm ghét của Ngài chỉ dành cho tội lỗi mà thôi, Ngài hướng về bạn để giải phóng bạn khỏi tàn tích và sự huỷ diệt của tội lỗi, nhưng lòng yêu mến của Ngài càng hướng về bạn nhiều hơn, khi bạn ở dưới tội lỗi cũng như ở dưới bất kỳ nỗi khổ đau nào. Vì vậy, chớ sợ.[4]

Goodwin đang muốn nói gì ở đây?

Nếu bạn thuộc về thân thể Đấng Christ, thì tội lỗi của bạn khơi dậy mạnh mẽ lòng thương xót, trắc ẩn của Ngài. Ngài "dự phần với

---

[3] Tức là điều sẽ không ích lợi cho chúng ta.

[4] Thomas Goodwin, *The Heart of Christ* (Edinburgh: Banner of Truth, 2011), 155–56.

bạn" - tức là Ngài đứng về phía bạn. Ngài ở cùng phe với bạn để chống lại tội lỗi, chứ không chống lại bạn bởi vì bạn phạm tội. Ngài ghét tội. Nhưng Ngài yêu bạn. Goodwin nói rằng chúng ta sẽ hiểu điều này khi suy ngẫm về sự căm ghét của người cha đối với căn bệnh kinh khủng của con mình - người cha ghét căn bệnh nhưng vẫn yêu thương con mình. Thật vậy, ở một phương diện nào đó, sự hiện diện của bệnh tật càng khiến người cha yêu thương đứa con của mình hơn.

Nói như vậy không phải là xem thường khía cạnh kỷ luật trong cách Chúa chăm sóc dân sự Ngài. Kinh thánh rõ ràng dạy rằng tội lỗi chúng ta dẫn đến sự kỷ luật của Đấng Christ (vd: Hê 12:1–11). Nếu không phải như vậy thì Ngài không thật sự yêu chúng ta. Dẫu vậy, đây là sự phản chiếu tình yêu lớn lao của Ngài đối với chúng ta. Khi một chi thể bị thương, nó đau đớn và cần điều trị. Điều trị không phải là sự trừng phạt, mà nhằm đem lại sự chữa lành. Chính vì cần chăm sóc chi thể đó mà phải nhờ đến điều trị.

Chúng ta sẽ đến với chuỗi các phân đoạn Cựu Ước trong phần sau của sách, còn bây giờ hãy xem một phân đoạn Kinh thánh, vì nó kết hợp nhiều mạch ý tưởng mà chúng ta đang suy ngẫm trong chương này lại với nhau, dẫn chúng ta đi sâu hơn vào tấm lòng của Đức Chúa Trời được biểu lộ cụ thể qua Chúa Giê-xu. Ở Ô-sê 11 có chép:

> Thật dân Ta quyết ý từ bỏ Ta.
>> Cho dù chúng kêu cầu Đấng Chí Cao
>> Ngài cũng không đỡ chúng dậy.
> Hỡi Ép-ra-im, làm sao Ta bỏ ngươi được?
>> Hỡi Y-sơ-ra-ên, làm sao Ta đành giao ngươi cho kẻ thù?
> Làm sao Ta đối xử với ngươi như Át-ma
>> Hay như với Sê-bô-im được?
> Tim Ta rung động,
>> Lòng thương xót của ta như nung như đốt.
> Ta sẽ không thi hành cơn phẫn nộ Ta
>> Và sẽ chẳng tiêu diệt Ép-ra-im.
> Vì Ta là Đức Chúa Trời chứ không phải là người;
>> Ta là Đấng Thánh ở giữa ngươi,
> Ta chẳng đến với ngươi trong cơn thịnh nộ. (Ô-sê 11:7–9)

Ở đây chúng ta có tất cả những yếu tố đã được nêu lên cho đến thời điểm này trong chương này: người thuộc về Đức Chúa Trời, giữa tình trạng tội lỗi của họ, với tấm lòng của Chúa và lời xác nhận rõ ràng về sự thánh khiết của Ngài. Và phân đoạn Kinh thánh ấy kết luận gì? Điều quan trọng chúng ta nhận ra là: chính vì quan tâm đến tội lỗi của dân Ngài mà tấm lòng Ngài thương xót họ.

Đức Chúa Trời nhìn dân sự Ngài trong tình trạng nhơ nhớp về đạo đức của họ. Họ đã nhiều lần tỏ ra ương ngạnh - không phải thỉnh thoảng, mà là *"quyết ý từ bỏ Ta"* (câu 7). Đây là tính cứng đầu cứng cổ thâm căn cố đế. Nhưng vấn đề ở chỗ: họ thuộc về Ngài. Vậy thì điều gì xảy ra trong tấm lòng Đức Chúa Trời? Ở đây, chúng ta phải cẩn trọng! Đức Chúa Trời là Chúa, Ngài không hoàn toàn ở dưới quyền kiểm soát của những cảm xúc thoáng qua như chúng ta là những sinh vật có thân thể, chưa nói là những sinh vật có thân thể đầy tội lỗi. Nhưng đoạn Kinh thánh ấy nói gì? Chúng ta có cơ hội hiếm có để được nhìn lướt qua trọng tâm của bản tính Đức Chúa Trời và chúng ta nhìn thấy cũng như cảm nhận cảm giác rung động sâu xa trong chính bản tính của Ngài. Lòng thương xót trắc ẩn đối với dân sự bùng cháy trong lòng Ngài. Ngài hoàn toàn không thể từ bỏ họ. Không gì có thể khiến Ngài ruồng bỏ họ. Họ thuộc về Ngài.

Có người cha nào sẵn sàng đem cho con yêu dấu của mình đi chỉ vì nó quậy quá sức không?

Chúng ta đừng làm ô danh Chúa khi nhấn mạnh tính siêu việt của Ngài đến nỗi quên đi đời sống tình cảm của Ngài, là đời sống được phản chiếu qua cảm xúc của chính chúng ta, cho dù sự phản chiếu ấy có thể đã bị méo mó.[5] Đức Chúa Trời không phải là một lý tưởng theo học

[5]Tên các nhà thần học đặt cho phương cách Kinh thánh nói về đời sống tình cảm của Đức Chúa Trời là thuyết nhân cảm (thuyết cho rằng những vật vô tri vô giác cũng có tình cảm và cảm xúc-ND). Tên gọi này tương tự với *nhân hình luận* trong Kinh thánh, tức là dùng ngôn ngữ của con người để nói về Đức Chúa Trời nhưng không nên hiểu theo nghĩa đen, chẳng hạn như nói "tay" của Chúa. Thuyết nhân cảm có phần tinh tế hơn. Chúng ta dùng thuyết nhân cảm để bảo vệ sự thật rằng Đức Chúa Trời không giống chúng ta ở tính hay thay đổi về cảm xúc; thay vào đó, Ngài hoàn toàn trọn vẹn và siêu việt và không bị ảnh hưởng bởi hoàn cảnh theo cách mà con người hữu hạn như chúng ta bị ảnh hưởng. Ngài "không thể bị tổn thương". Đồng thời, chúng ta cũng không nên làm giảm cách Kinh thánh nói về đời sống nội tâm của Chúa (bằng thuật ngữ như *thuyết nhân cảm*) đến nỗi khiến Ngài trở thành một sức mạnh theo học thuyết Plato, không quan tâm gì đến ích lợi của dân sự Ngài. Điều

thuyết Plato, khổ hạnh bất di dịch, vượt ra khỏi mối liên hệ có ý nghĩa của con người. Đức Chúa Trời hoàn toàn không có cảm xúc vô đạo đức, chứ không phải không có cảm xúc (hay cảm giác) nào cả – những cảm xúc của chính chúng ta từ đâu mà có, chúng ta được tạo dựng theo hình ảnh của ai?

Đoạn Kinh thánh này cho biết "lòng thương xót của Ta như nung như đốt" trước tội lỗi của dân Ngài. Ai có thể tưởng tượng được đây chính là Đức Chúa Trời trong sâu thẳm nhất? Phân đoạn Kinh thánh liên kết sự thánh khiết tối cao của Đức Chúa Trời với việc Ngài khước từ đến trong cơn thịnh nộ. Ai có thể nghĩ ra điều này? Kinh thánh chép:

Ta là Đức Chúa Trời chứ không phải là người;

Ta là Đấng Thánh ở giữa ngươi,

Ta chẳng đến với ngươi trong cơn thịnh nộ.

Đây có phải điều bạn mong đợi Đức Chúa Trời phán không? Có thật bạn không mong đợi Ngài phán như sau, với một sự thay đổi nhỏ không?

Ta là Đức Chúa Trời chứ không phải là người;

Ta là Đấng Thánh ở giữa ngươi,

Cho nên Ta sẽ đến với ngươi trong cơn thịnh nộ.

Kinh thánh nói rằng khi Đức Chúa Trời nhìn vào tình trạng tội lỗi của dân Ngài, thì sự thánh khiết siêu việt của Ngài - thần tính của Ngài, bản chất của Ngài khiến Ngài không phải là chúng ta - là điều khiến Ngài *không thể* giáng cơn thịnh nộ xuống dân Ngài. Chúng ta thường nghĩ rằng vì Ngài là Đức Chúa Trời chứ không phải chúng ta, nên việc Ngài là Đấng thánh khiết khiến chúng ta càng tin chắc rằng Ngài sẽ giáng thịnh nộ xuống dân sự tội lỗi. Một lần nữa, Kinh thánh sửa cách

---

then chốt ở đây là hiểu rằng mặc dù không điều gì khiến Ngài ngạc nhiên và không gì có thể tác động đến Ngài từ bên ngoài hầu đe dọa sự toàn hảo và đơn giản của Ngài, nhưng Ngài tự do gắn kết với dân Ngài qua mối liên hệ giao ước và Ngài chân thành gắn bó với họ vì phúc lợi của họ. Nếu bạn thấy ý niệm "cảm xúc" của Chúa không có ích, thì hãy nghĩ đến "những tình cảm" của Chúa (như cách nói của người Thanh giáo) - tức tấm lòng ôm lấy những con người tội lỗi và chịu đau khổ của Đức Chúa Trời. Để nghiên cứu thêm về tình cảm của Đức Chúa Trời, xin đọc Rob Lister, *God Is Impassible and Impassioned: Toward a Theology of Divine Emotion* (Wheaton, IL: Crossway, 2012).

nghĩ sai lầm này của chúng ta. Chúng ta được đem ra khỏi khuynh hướng tự nhiên là tạo nên một Đức Chúa Trời theo hình ảnh của chính chúng ta, mà để cho chính Đức Chúa Trời nói với chúng ta Ngài là ai.

Chúng ta dễ dàng sống với quan điểm giảm nhẹ hình phạt phán xét của Đức Chúa Trời trên toàn thể những người không ở trong Đấng Christ thể nào, thì chúng ta cũng dễ dàng chấp nhận quan điểm giảm bớt lòng thương xót của Đức Chúa Trời dành cho những người ở trong Đấng Christ thế ấy. Thomas Goodwin, Ô-sê 11 và toàn bộ câu chuyện Kinh thánh khiến chúng ta nín thở. Tội lỗi của những người thuộc về Chúa mở van xả dòng lũ thương xót của Ngài dành cho chúng ta. Cái đập vỡ ra. Không phải sự đáng yêu của chúng ta chinh phục được tình yêu của Ngài, mà chính là tình trạng khó thương của chúng ta.

Lòng chúng ta khó nắm bắt được điều này. Đó không phải cách thế giới xung quanh chúng ta vận hành. Đó không phải cách tấm lòng chúng ta hành động. Mà trong sự khiêm nhường vâng phục, chúng ta cúi xuống để Đức Chúa Trời đưa ra những điều kiện mà bởi đó Ngài yêu mến ta.

Chương 8

Toàn Vẹn

Vì Ngài hằng sống để cầu thay cho những người ấy. Hê-bơ-rơ 7:25

Một trong những giáo lý bị xao lãng nhất trong hội thánh ngày nay chính là sự cầu thay của Đấng Christ trên thiên đàng. Khi nói đến việc Đấng Christ cầu thay, chúng ta nói đến điều Chúa Giê-xu *hiện* đang làm. Có sự phục hồi đáng kể vinh quang của những việc Đấng Christ đã làm *trong quá khứ*, qua cuộc đời, sự chết và sự sống lại của Ngài để cứu tôi đã mang lại sự phục hồi đáng kể vinh quang của Ngài. Nhưng việc Ngài đang làm hiện nay thì sao? Với nhiều người trong chúng ta, Chúa Giê-xu hiện thật sự không làm gì cả; chúng ta thường nghĩ rằng mọi điều cần để được cứu đã được hoàn tất rồi.

Nhưng đó không phải là điều Tân Ước trình bày về công việc của Đấng Christ. Chúng ta sẽ dành chút thời gian suy nghĩ về sự cầu thay của Đấng Christ trên thiên đàng, không chỉ bởi vì điều này hiện đang bị xao nhãng, mà còn vì đó là một phần trong công việc của Đấng Christ, đặc biệt phản chiếu tấm lòng của Ngài.

Để trình bày cầu thay là gì và trình bày sự thờ ơ trong hiện tại, hãy suy nghĩ đến vấn đề này trong mối liên hệ với giáo lý xưng công bình. Những năm gần đây, giáo lý tuyệt vời này đã được viết và được giảng dạy nhiều như đáng phải có. Được xưng công bình tức là được tuyên bố là công bình trong mắt Đức Chúa Trời, hoàn toàn được miễn tội cách hợp pháp trước toà án thiên thượng, hoàn toàn dựa trên điều người khác (Chúa Giê-xu) đã làm thay cho chúng ta. Nhưng lòng chúng ta cứ liên tục trôi dạt ra khỏi niềm tin trọn vẹn vào sự miễn tội này. Việc tấm lòng kháng cự sự tha thứ hoàn toàn trước mặt Đức Chúa Trời dựa trên điều Đấng Christ đã làm này đã trở nên hệ thống hóa trong tư tưởng thần học thời trung cổ và sau đó là Công giáo La Mã. Những nhà cải chánh như Luther và Calvin đã khôi phục và đặt giáo lý xưng công chính trở lại đúng trọng tâm, kể từ đó mỗi thế hệ lại phải tái khám phá giáo lý này cách mới mẻ cho chính họ. Chính phương diện phản trực giác nhất của Cơ Đốc giáo này mà chúng ta được tuyên bố công chính trước mặt Đức Chúa Trời, không phải khi chúng ta bắt đầu cùng nhau hành động, mà khi chúng ta thành thật thừa nhận rằng chúng ta sẽ không bao giờ trở nên công chính.

Nhưng phần lớn giáo lý xưng công chính là giáo lý nói về việc Đấng Christ đã làm trong quá khứ, bắt nguồn chủ yếu trong sự chết và sống lại của Ngài. "Vậy, khi *đã được* xưng công chính..." (Rô 5:1). Ngài đã chết và sống lại, nên khi chúng ta đặt đức tin nơi Ngài, chúng ta được xưng công chính, vì Ngài đã chấp nhận cái chết đáng lý phải dành cho chúng ta.

Nhưng hiện nay Ngài đang làm gì?

Chúng ta không cần suy đoán. Kinh thánh cho chúng ta biết. Ngài đang cầu thay cho chúng ta.

Xưng công chính liên hệ tới việc Đấng Christ đã làm trong quá khứ. Cầu thay liên hệ tới việc Ngài đang làm trong hiện tại.

Hãy suy nghĩ như thế này. Tấm lòng của Đấng Christ là một thực tại vững chắc chảy theo thời gian. Không có chuyện khi Ngài còn trên đất, tấm lòng Ngài rung cảm vì dân sự nhưng hiện không thể nữa khi Ngài ở trên thiên đàng. Không phải sự thương xót bùng lên bộc phát khiến Ngài bước lên thập tự giá, rồi bây giờ nguội lạnh, trở về trạng thái lãnh đạm, thờ ơ như trước đây. Hiện nay, tấm lòng Ngài cũng hướng về dân sự như khi Ngài còn nhập thể. Và *không ngừng cầu thay cho dân Ngài là cách Ngài bày tỏ tấm lòng của mình đối với người thuộc về Ngài trong hiện tại.*

———

Cầu thay là gì?

Nói chung, cầu thay nghĩa là người thứ ba bước vào giữa hai người khác và trình bày với người này vì lợi ích của người kia. Hãy nghĩ đến việc cha mẹ xin với thầy giáo vì con cái hay người đại diện xin những doanh nghiệp kinh doanh đồ thể thao vì quyền lợi của vận động viên.

Vậy thì Đấng Christ cầu xin giùm hay cầu thay có nghĩa là gì? Ai là những bên có liên quan? Một bên là Đức Chúa Cha và một bên là chúng ta, các tín hữu. Nhưng tại sao Chúa Giê-xu cần phải cầu thay cho chúng ta? Chẳng phải chúng ta đã hoàn toàn được xưng công chính rồi sao? Có gì mà Đấng Christ phải nài xin vì chúng ta? Chẳng phải Ngài đã làm xong tất cả những điều cần thiết để chúng ta được tha bổng hoàn toàn sao? Nói cách khác, phải chăng giáo lý sự cầu thay của Đấng Christ trên thiên đàng có nghĩa là còn có điều gì đó chưa hoàn tất trong công việc chuộc tội của Ngài trên thập tự giá? Nếu chúng ta nói đến công việc *đã hoàn tất* của Đấng Christ trên thập tự giá, thì giáo lý cầu thay có ngụ ý rằng thập tự giá thật sự chưa hoàn tất việc của mình sao?

Câu trả lời là cầu thay áp dụng những gì sự chuộc tội đã thực hiện. Sự cầu thay hiện tại của Đấng Christ trên thiên đàng vì chúng ta phản chiếu sự đầy đủ, đắc thắng và sự làm trọn công việc của Ngài trên đất, không phải phản chiếu điều gì đó còn thiếu trong công việc của Ngài trên đất. Sự đổ huyết chuộc tội hoàn tất sự cứu rỗi của chúng ta; cầu thay là sự áp dụng từng giây phút công tác chuộc tội đó. Trong quá khứ, Chúa Giê-xu đã làm điều mà bây giờ Ngài nói đến; trong hiện tại, Chúa Giê-xu nói về điều Ngài đã làm trong quá khứ. Đó là lý do Tân Ước kết hợp sự xưng công chính và sự cầu thay, như trong Rô-ma 8:33–34: "Ai sẽ kiện những người được Đức Chúa Trời tuyển chọn? Chẳng lẽ Đức Chúa Trời là Đấng xưng công chính những người ấy? Ai sẽ là người kết án họ? Chẳng lẽ Đấng Christ Giê-xu là Đấng đã chết và cũng đã sống lại, Đấng đang ngồi bên phải Đức Chúa Trời và cầu thay cho chúng ta?" Cầu thay là liên tục "làm tươi mới" sự xưng công chính của chúng ta trước toà án thiên thượng.

Nói cách sâu xa hơn, sự cầu thay của Đấng Christ phản chiếu sự giải cứu chúng ta mang đậm tính chất cá nhân như thế nào. Nếu chúng ta biết về sự chết và sống lại của Đấng Christ mà không biết Ngài cầu thay cho chúng ta, thì chúng ta sẽ bị cám dỗ nhìn sự cứu rỗi theo hướng quá công thức nguyên tắc. Chúng ta sẽ cảm thấy sự cứu rỗi máy móc hơn bản chất thật sự của Đấng Christ. Việc Ngài cầu thay cho chúng ta phản chiếu tấm lòng của Ngài – chính tấm lòng đã khiến Ngài vào đời, đi vào cả sự chết vì dân Ngài cũng là tấm lòng ngày nay thể hiện rõ ràng qua việc không ngừng nài xin và nhắc nhở cũng như khiến Cha Ngài phải luôn luôn tiếp nhận chúng ta.

Điều này không có nghĩa là Cha do dự không muốn bảo bọc chúng ta, hay Con yêu chúng ta nhiều hơn Cha. (Chúng ta sẽ xem xét vấn đề này đầy đủ hơn ở chương 14). Công tác chuộc tội của Con là điều mà Cha và Con cùng vui vẻ đồng thuận từ trước vô cùng. Sự cầu thay của Con không phản chiếu sự lạnh lùng của Cha, mà là sự ấm áp hoàn toàn của Con. Đấng Christ không cầu thay vì Cha hờ hững với chúng ta, mà vì lòng Cha luôn hướng trọn vẹn về chúng ta. Nhưng niềm vui thích sâu xa nhất của Cha đó là nói chấp nhận lời cầu xin của Con vì chúng ta.

Hãy nghĩ đến hình ảnh người anh cổ vũ em mình trong cuộc thi điền kinh trong sân vận động. Cho dù, ở chặng cuối, người em rõ ràng đang dẫn đầu và chắc chắn sẽ chiến thắng cuộc đua, thì có phải người anh sẽ ngồi xuống, im lặng và mãn nguyện không? Không hề - anh ta sẽ dùng hết sức hô to những lời cổ vũ, khẳng định, vui mừng, chiến thắng và đoàn kết. Anh ấy không thể im lặng. Và với người anh lớn của chính chúng ta cũng vậy.

John Bunyan đã viết cả một quyển sách để bàn về sự cầu thay của Đấng Christ trên thiên đàng, có tựa là *Christ a Complete Saviour*. Trong sách có đoạn ông giải thích vì sao giáo lý cầu thay là chuyện liên quan đến tấm lòng của Đấng Christ. Sự cứu rỗi của chúng ta chứa đựng một khía cạnh khách quan mà Bunyan trình bày trong mối liên hệ với sự xưng công bình: Đức Chúa Trời "xưng công chính chúng ta, không phải qua việc ban cho chúng ta luật pháp hay làm gương cho chúng ta hay hoặc bởi chúng ta đi theo Ngài theo bất kỳ ý nghĩa nào, mà bởi Ngài đã đổ huyết vì chúng ta. Ngài xưng công chính bằng cách ban cho chúng ta, không phải bởi mong đợi điều gì từ chúng ta."[1] Nhưng ngoài khía cạnh khách quan của Phúc Âm còn có một thực tế chủ quan và hãy chú ý cách Bunyan diễn đạt:

> Vì bạn phải biết Ngài và biết cách con người được xưng công bình bởi
> Ngài, nên bạn phải biết sự sẵn sàng tiếp nhận và thực hiện những điều

---

[1] *The Works of John Bunyan*, ed. George Offor, ba quyển (repr., Edinburgh: Banner of Truth, 1991), 1:221.

con người cần để đến với Đức Chúa Trời thông qua Ngài ở trong Ngài. Giả sử những việc làm của Ngài [hoàn toàn] hiệu nghiệm, nhưng nếu người ta có thể chứng minh rằng trong Ngài có sự miễn cưỡng ban những điều Ngài đã làm này cho những người đến với Ngài, thì sẽ chỉ có một vài người liều mình phục vụ Ngài mà thôi. Nhưng Ngài trọn vẹn thể nào thì Ngài cũng rời rộng thể ấy. Không có điều gì khiến Ngài vui lòng hơn là ban cho điều Ngài có, hơn là ban nó cho những người nghèo thiếu và nhu cần.[2]

Ngay cả khi chúng ta hoàn toàn tin vào giáo lý xưng công bình và biết rằng mọi tội lỗi của mình đều được tha thứ hoàn toàn, thì chúng ta cũng không đến với Đấng Christ cách vui mừng nếu Ngài là một Cứu Chúa khắc khổ. Nhưng thái độ của Ngài hiện nay khi đang ở trên thiên đàng, tâm tính Ngài ao ước sâu xa nhất của Ngài là dốc đổ lòng Ngài trước Cha vì cớ chúng ta. Sự cầu thay của Đấng Christ là tâm tình kết nối lòng chúng ta với tấm lòng Cha của Ngài.

⸺

Câu Kinh thánh nền tảng để Bunyan viết sách *Christ a Complete Savior*, Hê-bơ-rơ 7:25, có lẽ là câu Kinh thánh quan trọng trong cả Tân Ước về giáo lý sự cầu thay của Đấng Christ. Sau khi suy ngẫm về chức tế lễ đời đời, vĩnh viễn của Đấng Christ, trước giả kết luận:

> Kết quả là Ngài có thể cứu toàn vẹn những người nhờ Đấng Christ mà đến cùng Đức Chúa Trời, vì Ngài hằng sống để cầu thay cho họ.

Cụm từ "toàn vẹn" là từ ngữ Hy Lạp (*panteles*). Đó là một từ diễn tả tính toàn diện, đầy đủ, trọn vẹn thấu đáo. Từ này được sử dụng duy nhất một chỗ khác trong Tân Ước là Lu-ca 13:11, mô tả người phụ nữ không thể đứng thẳng "hoàn toàn" được mà bị khuyết tật suốt mười tám năm.

Nói Đấng Christ cứu "toàn vẹn" có nghĩa là gì? Những người chúng ta biết rõ lòng mình đều sẽ hiểu. Chúng ta là những tội nhân cực kỳ tội lỗi. Chúng ta cần một Cứu Chúa cực kỳ vĩ đại.

Đấng Christ không chỉ giúp đỡ chúng ta. Ngài còn cứu chúng ta nữa. Điều này có lẽ quá rõ ràng đối với những ai trong chúng ta đang

---

[2] *Works of John Bunyan*, 1:221.

bước đi với Ngài. Dĩ nhiên Chúa Giê-xu cứu chúng ta. Nhưng thử suy nghĩ lòng bạn thế nào. Chẳng phải bạn thấy ngay trong chính mình một sự thôi thúc liên tục rằng hãy củng cố công tác cứu chuộc của Ngài bằng những đóng góp của chính bạn sao? Chúng ta thường hay hành động như thể Hê-bơ-rơ 7:25 nói rằng Chúa Giê-xu "có thể cứu *phần lớn* những người nhờ Đấng Christ mà đến cùng Đức Chúa Trời". Nhưng sự cứu rỗi Đấng Christ đem đến là *panteles*, là toàn diện. Theo dòng tư tưởng của Hê-bơ-rơ 7, dường như có một sự tập trung đặc biệt vào khía cạnh *thời gian* của sự cứu rỗi. Vì Chúa Giê-xu "giữ chức tế lễ vĩnh viễn" và "mãi mãi tiếp tục" trong chức vụ đó (câu 24), nên không như các thầy tế lễ trước đó đều chết cả (câu 23), Đấng Christ "có thể cứu toàn vẹn". Sự hiện diện của chúng ta trong gia đình Ngài và trong ân huệ tốt lành của Ngài sẽ không hề yếu đi rồi tắt ngủm, giống như động cơ hết xăng.

Tất cả chúng ta đều thường có một góc nhỏ nào đó của cuộc đời mà chúng ta thấy khó tin rằng sự tha thứ của Chúa có thể chạm đến. Chúng ta *nói* mình hoàn toàn được tha thứ. Và chúng ta thật lòng tin rằng tội mình được tha. Gần như vậy. Nhưng có một phần tối tăm, sâu thẳm trong cuộc đời ta, ngay cả cuộc đời trong hiện tại, dường như khó bảo, xấu xí và hết thuốc chữa. "Toàn vẹn" trong Hê-bơ-rơ 7:25 có nghĩa là: cái rờ chạm mang đến sự tha thứ, sự cứu chuộc và sự phục hồi của Đức Chúa Trời đụng đến những khe hở tận sâu trong tâm hồn, những nơi mà chúng ta thấy xấu hổ nhất, thất bại nhất. Hơn thế nữa: những khe nứt tội lỗi ấy chính là những chỗ Đấng Christ yêu chúng ta nhất. Ngài vui lòng chạm đến những nơi đó. Lòng Ngài hướng về nơi đó nhiều *nhất*. Ngài biết chúng ta cực rõ và Ngài cứu chúng ta toàn vẹn, vì lòng Ngài bị thu hút đến với chúng ta cách mạnh mẽ nhất. Chúng ta không thể phạm tội vì sự chăm sóc dịu dàng của Ngài.

Nhưng làm sao chúng ta biết? Kinh thánh cho chúng ta biết. "Ngài có thể cứu toàn vẹn những người nhờ Ngài mà đến gần Đức Chúa Trời, *vì Ngài hằng sống để cầu thay cho những người ấy.*" Sự cầu thay của Đấng Christ trên thiên đàng là lý do mà chúng ta biết rằng Ngài sẽ cứu chúng ta cách toàn vẹn.

Ý nghĩa của câu này ấy là: Con Trời không bao giờ ngừng (lưu ý từ "hằng") dâng cuộc đời, sự chết và sự sống lại của Ngài lên trước mặt

Cha từng giây phút. Calvin viết: "Đấng Christ làm cho Cha hướng mắt về sự công bình của chính Ngài, để ngoảnh mặt khỏi tội lỗi của chúng ta. Ngài giải hoà giữa Cha với chúng ta đến nỗi bởi sự cầu thay của Ngài, Ngài chuẩn bị một phương cách và con đường để chúng ta đến gần ngai của Cha"³. Chúng ta có nhận ra ý nghĩa của câu này không? Hãy lưu ý tính hiện thực phước hạnh của Kinh thánh. Đây là sự thừa nhận rõ ràng rằng Cơ Đốc nhân chúng ta vẫn đang là những tội nhân. Trên thiên đàng, Đấng Christ tiếp tục cầu thay cho chúng ta vì chúng ta vẫn còn thất bại trên đất này. Ngài không tha thứ chúng ta qua công việc của Ngài trên thập tự giá rồi hy vọng chúng ta tự lo hết phần còn lại. Hãy tưởng tượng một con tàu lượn được một chiếc máy bay kéo lên bầu trời rồi được thả cho rơi xuống đất. Chúng ta là con tàu lượn; Đấng Christ là máy bay. Nhưng Ngài không hề thả chúng ta xuống. Ngài không bao giờ buông chúng ta, chúc chúng ta mọi sự tốt đẹp rồi hy vọng chúng ta có thể tự lượn tiếp chặng đường còn lại để tới thiên đàng. Ngài ẵm bồng chúng ta suốt chặng đường.

Cách suy nghĩ về sự cầu thay của Đấng Christ đơn giản là thế này: Chúa Giê-xu đang cầu nguyện cho bạn ngay bây giờ. Thần học gia Louis Berkhof viết như sau: "Thật là một sự an ủi khi biết Đấng Christ đang cầu nguyện cho chúng ta, ngay cả khi ta lơ là trong đời sống cầu nguyện".⁴ Hầu như đời sống cầu nguyện của chúng ta lúc nào cũng tồi tệ. Nhưng nếu bạn nghe thấy Chúa Giê-xu đang cầu nguyện lớn tiếng cho bạn ở phòng kế bên thì sao? Hiếm có điều nào có thể làm cho chúng ta an tâm hơn thế.

Giáo lý sự cầu thay của Đấng Christ trên thiên đàng ngày nay bị lãng quên. Điều này thật đáng buồn, vì đó là lẽ đạo đầy an ủi, lẽ đạo bắt nguồn từ chính tấm lòng của Đấng Christ. Trong khi giáo lý sự chuộc tội đảm bảo với chúng ta về điều Đấng Christ đã thực hiện trong quá

---

³John Calvin, *Institutes of the Christian Religion*, ed. John T. McNeil, trans. Ford L. Battles, 2vols. (Louisville, KY: Wesminster John Knox, 1960), 2.16.16.

⁴Louis Berkhof, *Systematic Theology* (Edinburgh: Banner of Truth, 1958), 400.

khứ, thì giáo lý cầu thay đảm bảo với chúng ta về việc Ngài đang làm trong hiện tại.

Nếu bạn ở trong Đấng Christ, thì bạn có một người cầu thay, một Đấng trung gian trong hiện tại, một Đấng cùng Cha vui mừng về lý do khiến cả hai đều ôm chặt bạn vào lòng. Richard Sibbes đã viết:

> Trong việc mỗi ngày đến gần với Đức Chúa Trời hiện nay, thật là một niềm an ủi khi chúng ta đến với Ngài qua danh của Đấng mà Ngài yêu, qua Đấng mà linh hồn Ngài lấy làm vui thích, khi chúng ta có một người bạn tại toà, một người bạn trên thiên đàng, Đấng ở bên hữu Đức Chúa Trời và chính Đấng ấy sẽ ở giữa cho chúng ta, để khiến chúng ta được chấp nhận, để khiến lời cầu nguyện của chúng ta có mùi thơm và được lắng nghe ... Cho nên, hãy chắc chắn rằng khi đến với Đức Chúa Trời thì nhớ dẫn theo người anh lớn của chúng ta... Đức Chúa Trời nhìn chúng ta thật trìu mến trong Ngài và vui thích về chúng ta, vì chúng ta là chi thể của Ngài.[5]

Chúng ta phạm tội đến đỉnh điểm. Nhưng sự cứu rỗi của Ngài là toàn vẹn. Và sự cứu rỗi của Ngài luôn vượt trội hơn và lấn át sự vi phạm của chúng ta, vì Ngài hằng sống để cầu thay cho chúng ta.

---

[5]Richard Sibbes, *A Description of Christ*, trong *The Works of Richard Sibbes*, ed. A.B. Grosart, 7 vols. (Edinburgh: Banner of Truth, 1983), 1:13.

Chương 9

Đấng Biện Hộ

Chúng ta có Đấng Biện Hộ với Đức Chúa Cha là Đức Chúa Giê-xu Christ,
Đấng công chính. 1 Giăng 2:1

Một khái niệm có liên hệ gần gũi với sự cầu thay là sự biện hộ. Hai khái niệm này trùng lặp nhau, nhưng từ ngữ Hy Lạp bên dưới mỗi từ mang một sắc thái hơi khác. Cầu thay là khái niệm làm trung gian giữa hai bên, hoà giải hai bên với nhau. Biện hộ cũng tương tự nhưng có ý đứng về một bên. Người cầu thay đứng giữa hai bên; người biện hộ không hoàn toàn đứng giữa hai bên mà bước qua đứng với một bên khi đối diện với bên kia. Chúa Giê-xu không chỉ cầu thay mà còn biện hộ. Và giống như sự cầu thay, sự biện hộ cũng bị lãng quên trong hội thánh ngày nay và sự biện hộ cũng là điều bắt nguồn từ sâu thẳm tấm lòng của Đấng Christ.

Bunyan đã viết một cuốn sách về Hê-bơ-rơ 7:25, câu Kinh thánh chìa khoá cho lẽ đạo cầu thay của Đấng Christ trên thiên đàng: ông cũng viết một quyển sách về 1 Giăng 2:1, câu Kinh thánh then chốt về sự biện hộ của Đấng Christ trên trời:

Hỡi các con cái bé nhỏ của ta, ta viết cho các con những điều này để các con không phạm tội. Nhưng nếu có ai phạm tội thì chúng ta có Đấng biện hộ với Đức Chúa Cha là Đức Chúa Giê-xu Christ, Đấng công chính.

Sứ điệp ân điển của Tân Ước không phải là sứ điệp thờ ơ về mặt đạo đức. Phúc Âm kêu gọi chúng ta từ bỏ tội lỗi. Giăng nói rõ ràng rằng ông viết thư này để độc giả của ông "không phạm tội." Và nếu đó là sứ điệp duy nhất của bức thư, thì đây sẽ là một lời mời gọi có giá trị và thích hợp. Nhưng nó sẽ nghiền nát chúng ta. Chúng ta không chỉ cần sự cổ vũ mà cần cả sự giải phóng. Chúng ta không chỉ cần Đấng Christ như một vị vua, mà còn cần Ngài như một người bạn, không phải ở trên chúng ta, mà còn bên cạnh chúng ta. Và đó là ý nghĩa phần còn lại của câu Kinh thánh này.

Nhưng nếu có ai phạm tội thì chúng ta có Đấng biện hộ với Đức Chúa Cha là Đức Chúa Giê-xu Christ, Đấng Công chính.

———

Từ ngữ Hy Lạp được dịch là "biện hộ" trong 1 Giăng 2:1 (*parakletos*) được dùng năm lần trong Tân Ước. Bốn lần khác từ này được sử dụng đều trong Bài giảng trên Phòng cao ở Giăng 14–16, mỗi khi nhắc đến chức vụ của Đức Thánh Linh sau khi Chúa Giê-xu thăng thiên về trời (14:16, 26; 15:26; 16:7). Thật khó truyền đạt nghĩa của từ *parakletos* chỉ bằng một từ trong Anh ngữ. Cái khó này được phản ánh trong nhiều cách dịch khác nhau của từ ấy, bao gồm "Đấng giúp đỡ" (như trong bản ESV, NKJV, GNB, NASB), "Đấng biện hộ" (NIV, NET), "Đấng khuyên bảo" (CSB, RSV), "Đấng an ủi" (KJV) và "Bạn đồng hành" (CEB). Nhiều trong số các bản dịch này có phần ghi chú cuối trang đưa ra thêm những cách dịch khác, nói lên sự khó khăn khi diễn đạt từ *parakletos* chỉ bằng một từ trong Anh ngữ. Ý niệm ở đây là một người xuất hiện vì một người khác; có lẽ "Đấng biện hộ" mang ý nghĩa gần nhất trong tất cả các từ Anh ngữ mô tả vai trò của một *parakletos*. (Các thần học gia đầu tiên như là Tertullian và Augustine viết bằng tiếng La-tin thường dịch từ *parakletos* trong Tân Ước là Đấng biện hộ.[1])

Bản văn ở 1 Giăng nói tiếp rằng Chúa Giê-xu cũng là "tế lễ chuộc tội chúng ta" (1 Giăng 2:2). Chúa Giê-xu là "tế lễ chuộc tội" có nghĩa là Ngài làm nguôi hoặc cất đi cơn thịnh nộ công chính của Cha đối với tội lỗi chúng ta. Đây là một thuật ngữ pháp lý, khách quan. Đấng Christ trong vai trò Đấng biện hộ của chúng ta có thể chứa đựng sắc thái ý nghĩa pháp lý không rõ ràng, nhưng thường trong văn chương ngoài

---

[1]F.W.Danker, ed., *A Greek-English Lexicon of the New Testament and Other Early Christian Literature*, 3rd ed. (Chicago: University of Chicago Press, 2000), 766.

Tân Ước thời kỳ đầu thì từ này có liên hệ đến điều gì đó chủ quan hơn, thể hiện sự hiệp nhất sâu sắc hơn. Chúa Giê-xu cũng trải qua những kinh nghiệm như chúng ta. Ngài cảm nhận điều chúng ta cảm nhận. Ngài đến gần. Ngài lên tiếng một cách thiết tha vì cớ chúng ta.

Đấng biện hộ này biện hộ dành cho ai? Kinh thánh cho biết: "mọi người". Điều kiện duy nhất cần có là lòng khao khát.

Khi nào chúng ta sẽ có Đấng biện hộ này? Kinh thánh cho chúng ta biết: Kinh thánh không nói "chúng ta sẽ có Đấng biện hộ" mà là "chúng ta có Đấng biện hộ". Mọi người ở trong Đấng Christ ngay bây giờ đều có một người lên tiếng thay cho họ.

Vì sao Đấng biện hộ này lại có thể giúp đỡ chúng ta? Kinh thánh cho chúng ta biết: Ngài "công chính". Ngài và chỉ Ngài mà thôi. Chúng ta bất chính, còn Ngài công chính. Ngay cả thái độ ăn năn thành khẩn nhất của chúng ta bản thân nó cũng chỉ gây ra thêm nhiều tội hơn mà thôi. Đến với Cha mà không có người biện hộ thì vô vọng. Được liên hiệp với Đấng biện hộ, Đấng đã đến và tìm kiếm tôi thay vì chờ tôi đến với Ngài, Đấng công chính trong mọi phương diện mà tôi không thể - đem đến sự an tâm và tin cậy trước Cha.

Chúng ta hãy nhìn kỹ hơn khác biệt giữa sự cầu thay của Đấng Christ với sự biện hộ của Ngài bằng cách xem xét sự khác nhau giữa Hê-bơ-rơ 7:25 và 1 Giăng 2:1. Hê-bơ-rơ 7:25 nói rằng Đấng Christ hằng sống để cầu thay cho chúng ta, còn 1 Giăng 2:1 nói "Nếu có ai phạm tội, thì chúng ta có Đấng biện hộ."

Bạn có thấy điểm khác nhau không? Cầu thay là việc Đấng Christ luôn luôn thực hiện, còn biện hộ là việc Ngài thỉnh thoảng làm khi có nhu cầu. Rõ ràng, Ngài cầu thay cho chúng ta dựa vào tình trạng tội lỗi của chúng ta nói chung, nhưng Ngài biện hộ cho chúng ta theo từng tội cụ thể. Bunyan giải thích như sau:

> Đấng Christ trong vai trò Thầy tế lễ đến trước và Đấng Christ trong vai trò Đấng biện hộ đến sau.
>
> Đấng Christ trong vai trò Thầy tế lễ liên tục cầu thay, Đấng Christ trong tư cách Đấng biện hộ nài xin trong trường hợp phạm tội trọng.

Đấng Christ trong vai trò Thầy tế lễ cần phải liên tục làm việc, còn Đấng Christ trong vai trò Đấng biện hộ chỉ thỉnh thoảng làm việc.

Đấng Christ trong vai trò Thầy tế lễ hành động lúc thuận hoà, còn Đấng Christ trong tư cách Đấng biện hộ hành động lúc căng thẳng, hỗn độn và bất đồng sâu sắc; do đó, Đấng Christ trong tư cách Đấng biện hộ là để dự trữ, có thể nói vậy và khi đến thời điểm của mình Ngài sẽ đứng dậy và nài xin khi người thuộc về Ngài mang lấy tội lỗi nhơ nhớp nào đó mà họ mới phạm phải.[2]

Lưu ý tính chất *cá nhân* của sự biện hộ. Đây không phải là phần tĩnh trong công việc của Ngài. Sự biện hộ xuất hiện khi có nhu cầu. Không có chỗ nào trong Kinh thánh dạy rằng một khi chúng ta được liên hiệp với Đấng Christ nhờ sự cứu rỗi, thì chúng ta sẽ thấy tội trọng là chuyện của quá khứ. Ngược lại, chính sự tái sinh khiến chúng ta càng nhạy bén hơn với sự sai trái của tội lỗi. Sau khi tin Chúa, chúng ta cảm thấy tội lỗi mình xấu xa hơn trước khi tin Chúa. Và không phải chỉ là cảm nhận tình trạng tội lỗi của mình, chúng ta thật sự vẫn tiếp tục phạm tội sau khi tin Chúa. Đôi khi chúng ta còn phạm tội trọng. Và đó là lý do Đấng Christ phải biện hộ. Đó là cách Đức Chúa Trời khích lệ chúng ta đừng bỏ cuộc. Đúng, trong vai trò môn đồ của Ngài, chúng ta làm Đấng Christ thất vọng. Tiếng biện hộ của Ngài to hơn thất bại của chúng ta. Ngài đã lo liệu mọi điều.

Khi phạm tội, hãy nhớ địa vị hợp pháp mà bạn có được trước mặt Đức Chúa Trời nhờ công tác của Đấng Christ; nhưng cũng hãy nhớ lời biện hộ của Đấng Christ cho bạn trước mặt Đức Chúa Trời vì tấm lòng của Ngài. Ngài đứng lên bênh vực bạn, dựa trên công lao là sự thương khó và sự chết của chính Ngài. Sự cứu rỗi của bạn không chỉ đơn thuần là vấn đề công thức cứu rỗi, mà là con người cứu rỗi. Khi bạn phạm tội, sức mạnh quyết tâm của Ngài càng dâng cao hơn. Khi anh chị em Ngài thất bại và vấp ngã, Ngài biện hộ cho họ *vì đó là bản chất của Ngài.* Ngài không thể để chúng ta tự bảo vệ mình.

---

[2]John Bunyan, *The Work of Jesus Christ as an Advocate*, trong *The Works of John Bunyan*, ed. G. Offor, 3 vols. (repr., Edinburgh: Banner of Truth, 1991), 1:169.

Hãy suy nghĩ về chính cuộc đời bạn. Bạn nghĩ thế nào về thái độ của Chúa Giê-xu đối với cái góc tối tăm trong cuộc đời mà chỉ có bạn mới biết? Quá lệ thuộc vào chất uống có cồn. Dễ nổi nóng, hết lần này đến lần khác. Mờ ám về tài chính. Luôn muốn làm hài lòng mọi người, trông cậy vào người khác, thì thích người ta thấy mình đáng yêu, nhưng bạn biết thật ra chỉ là con người đáng sợ. Sự oán giận lâu ngày bộc phát qua những lời buộc tội sau lưng. Thói quen sử dụng tranh ảnh khiêu dâm.

Chúa Giê-xu *là* ai trong những giờ phút tâm linh trống rỗng ấy? Không phải: Ngài là ai khi bạn chiến thắng tội đó, mà Ngài là ai trong những lúc tăm tối đó? Sứ đồ Giăng nói: Ngài đứng dậy thách thức mọi kẻ buộc tội. Bunyan viết: "Sa-tan nói lời đầu tiên, còn Đấng Christ nói lời sau cùng. Sa-tan phải cứng họng sau lời bào chữa của Đấng biện hộ của chúng ta"[3]. Chúa Giê-xu là Đấng bênh vực chúng ta, Đấng biện hộ đem lại sự an ủi cho chúng ta, Đấng gần với chúng ta hơn chúng ta nghĩ, và lòng Ngài cũng gần gũi đến nỗi Ngài đứng lên biện hộ cho chúng ta *khi* chúng ta phạm tội, không phải sau khi chúng ta khắc phục tội lỗi. Theo nghĩa đó, sự biện hộ của Ngài tự thân nó là cách chúng ta chế ngự tội lỗi.

Thật vậy, chúng ta được kêu gọi từ bỏ tội lỗi mình và không một Cơ Đốc nhân lành mạnh nào để nghị ngược lại. Khi chọn phạm tội, chúng ta từ bỏ nhân thân thật sự của mình là con cái Đức Chúa Trời, mà mời gọi đau khổ bước vào cuộc đời chúng ta và làm buồn lòng Cha trên trời. Chúng ta được kêu gọi tăng trưởng trong sự thánh khiết cá nhân cách sâu nhiệm hơn khi bước đi với Chúa, tăng trưởng trong sự tận hiến chân thành hơn và trong những viễn cảnh mới mẻ của sự vâng phục. Nhưng khi chúng ta không tăng trưởng - tức khi chúng ta chọn phạm tội - thì dù chúng ta từ bỏ nhân thân thật của mình, Cứu Chúa cũng không từ bỏ chúng ta. Đây chính là những lúc tấm lòng Ngài tan vỡ vì chúng ta qua lời bào chữa tiếp tục trên thiên đàng với sự biện hộ vang rền, khiến mọi lời cáo buộc đều phải nín lặng, các thiên sứ phải kinh ngạc, lời biện hộ ngợi ca tình yêu của Cha đối với chúng ta bất chấp mọi thứ hỗn độn chúng ta gây ra.

---

[3]Bunyan, *Works of John Bunyan*, 1:194.

Giáo lý này tạo ra loại Cơ Đốc nhân nào?

Con người sa ngã tự nhiên có khuynh hướng biện hộ cho chính mình. Sự biện hộ ấy cứ thế tuôn ra từ chúng ta. Tự giải tội cho mình, tự biện hộ cho mình. Chúng ta không cần dạy trẻ con bào chữa khi chúng nghịch phá và bị bắt quả tang. Có một cơ chế tự nhiên bên trong khiến chúng ngay lập tức mở miệng giải thích vì sao đó không phải là lỗi của chúng. Theo bản năng, tấm lòng sa ngã của chúng ta sản xuất ra những lý do chứng minh mình không thật sự xấu xa đến thế. Sự sa ngã được bộc lộ không chỉ trong việc phạm tội mà còn trong cách phản ứng trước tội của mình. Chúng ta đánh giá thấp, bào chữa, chối tội. Tóm lại, chúng ta luôn bào chữa cho mình, dù chỉ là bào chữa trong thâm tâm. Chúng ta biện hộ cho chính mình.

Nếu chúng ta không bao giờ cần phải tự biện hộ nữa vì có một người khác đảm nhiệm công việc đó thì sao? Nếu người biện hộ đó biết tường tận chúng ta yếu đuối như thế nào, nhưng lại có thể bào chữa cho chúng ta tốt hơn là chúng ta tự bào chữa thì sao? Không đổ lỗi cũng không biện hộ theo cách sự tự bào chữa của chúng ta thường vận hành, nhưng hoàn toàn công bằng, cho thấy sự hy sinh và chịu khổ đủ đầy của Ngài trên thập tự giá thế cho chúng ta? Chúng ta sẽ được tự do. Không cần phải tự bảo vệ mình, không cần phải nâng ý thức về giá trị bản thân lên qua những điều bản thân đã đóng góp được, không cần âm thầm phô trương những phẩm chất tốt lành của mình trước mặt người khác bởi đau đớn nhận thức về những sự yếu đuối và thấp kém của mình. Chúng ta có thể để cho Đấng Christ, Đấng công bình duy nhất, biện luận cho chúng ta.

Bunyan nói thật hay:

> Đấng Christ đã trả giá cho chúng ta bằng huyết; nhưng đó chưa phải là tất cả. Đấng Christ là vị Hoa tiêu chiến thắng sự chết và âm phủ cho chúng ta, nhưng đó không phải là tất cả. Đấng Christ là Thầy tế lễ cầu thay cho chúng ta trên thiên đàng; nhưng chưa phải là hết. Tội lỗi vẫn còn trong chúng ta và ở với chúng ta, rồi tự pha lẫn với mọi việc chúng ta làm, dù đó là việc mang tính tôn giáo hay dân sự, vì không chỉ lời cầu nguyện và bài giảng, không chỉ những điều chúng ta nghe và giảng dạy, mà cả nhà cửa, công việc làm ăn, cả chiếc giường của chúng ta cũng đều bị ô nhiễm bởi tội lỗi.

Ma quỷ, kẻ thù ngày đêm của chúng ta, cũng không dám nói những việc làm xấu xa của ta trước mặt Cha, để thuyết phục rằng chúng ta có thể bị mất quyền thừa kế mãi mãi.

Nhưng chúng ta nên làm gì bây giờ, nếu không có Đấng biện hộ? Phải, nếu chúng ta không có Đấng cầu xin cho mình, phải, nếu chúng ta không có Đấng có thể đánh bại và thành tín thi hành chức vụ đó cho chúng ta thì sao? Thì chúng ta phải chết.

Nhưng vì chúng ta được Ngài giải cứu, nên chúng ta hãy đặt tay lên miệng và im lặng.[4]

Bạn đừng xem thường hay chối bỏ tội của mình. Đừng lên tiếng biện hộ. Chỉ hãy đem nó đến với Đấng đã ngồi bên phải Cha, biện hộ cho bạn dựa vào vết thương của chính Ngài. Hãy để chính sự bất chính của bạn, với tất cả mọi đen tối và thất vọng, đẩy bạn đến với Chúa Giê-xu Christ, Đấng công chính, với tất cả sự sáng láng và đầy đủ của Ngài.

---

[4]Bunyan, *Works of John Bunyan*, 1:97.

Chương 10

Vẻ Đẹp Của Tấm Lòng Đấng Christ

Ai yêu cha mẹ hơn Ta thì không đáng cho ta.
Ma-thi-ơ 10:37

Vào mùa hè năm 1740, Jonathan Edwards đã giảng một bài giảng dành riêng cho trẻ em trong hội chúng của ông, các bé từ 1- 14 tuổi. Hãy hình dung nhà thần học vĩ đại đang chuẩn bị bài giảng tại Northhampton, Massachusetts, suy nghĩ phải nói gì với những đứa trẻ sáu-tám-mười tuổi trong hội thánh mình. Bài giảng ông chuẩn bị gồm mười hai trang giấy nhỏ với nét chữ viết tay bay bướm cầu kỳ. Trên đầu trang thứ nhất có ghi: "Dành cho trẻ em, Tháng 8, 1740."

Bạn nghĩ nhà thần học vĩ đại nhất trong lịch sử Hoa Kỳ sẽ nói gì với các bé trong hội chúng của mình? Đây là ý chính của Edwards: "Trẻ con phải yêu mến Cứu Chúa Giê-xu Christ hơn tất cả mọi điều trong thế gian."[1]

Ông lấy Ma-thi-ơ 10:37 làm câu Kinh thánh nền tảng theo bản King James như sau: "Ai yêu cha hay mẹ hơn ta thì không xứng đáng với ta." Đó là một bài giảng ngắn, có lẽ chỉ mất mười lăm hay hai mươi phút. Trong bài giảng đó, Edwards liệt kê sáu lý do trẻ con phải yêu Chúa Giê-xu hơn mọi thứ khác trong đời. Lý do thứ nhất là:

Không có tình yêu nào lớn lao và tuyệt vời như tình yêu trong lòng của Đấng Christ. Ngài là Đấng thích bày tỏ lòng thương xót; Ngài sẵ

---

[1]Jonathan Edwards, "Children Ought to Love the Lord Jesus Christ Above All", trong *The Works of Jonathan Edwards*, vol.22, *Sermons and Discourses* 1739–1742, ed. Harry S. Stout và Nathan O. Hatch (New Haven, CT: Yale University Press, 2003), 171.

sàng thương xót những người đang chịu khổ, đang trong hoàn cảnh buồn đau; Ngài vui thích khi những tạo vật Ngài hạnh phúc. Tình yêu và ân điển mà Đấng Christ bày tỏ vượt trội hơn tất cả mọi thứ trên đời này, tựa mặt trời sáng hơn ánh nến. Cha mẹ luôn nhân từ với con mình, nhưng sự nhân từ đó không hề giống sự nhân từ của Chúa Giê-xu Christ.

Điều thứ nhất được phát ra từ miệng của Jonathan Edwards khi khuyên giục trẻ con trong hội thánh yêu Chúa Giê-xu hơn mọi thứ khác trên đời này là tấm lòng của Đấng Christ. Và trong bài giảng này, cũng như xuyên suốt các tác phẩm của ông nói chung, Edwards dẫn chúng ta đi theo một hướng khác với hướng đi của Goodwin và các thần học gia khác. Khi Edwards nói về tấm lòng của Đấng Christ, ông thường nhấn mạnh vẻ đẹp hay nét đáng yêu của lòng nhân từ Ngài. Và điều đó đáng cho ta dành một chương để bàn luận.

———

Hãy xem lại điều Edwards nói: "Không có tình yêu nào lớn lao và tuyệt vời như tình yêu trong lòng Đấng Christ".

Con người được tạo dựng với bản năng bị hút vào cái đẹp. Chúng ta bị thu hút bởi cái đẹp. Edwards hiểu sâu sắc điều này và thấy rằng lực hút mạnh mẽ này cũng thể hiện trong những chuyện tâm linh - thật vậy, Edwards nói rằng vẻ đẹp nào cũng là hình bóng hay tiếng vọng cho vẻ đẹp thuộc linh. Trong suốt chức vụ của mình, Edwards tìm cách thuyết phục người khác về vẻ đẹp của Đấng Christ và đó là điều ông đang làm với những đứa trẻ trong hội thánh vào tháng 8 năm 1740. Sau đó trong bài giảng, ông nói: "Mọi điều đáng yêu ở Đức Chúa Trời đều có trong Đấng Christ và mọi điều đáng yêu hay có thể trở nên đáng yêu trong con người đều có trong Ngài: vì Ngài là người và cũng là Đức Chúa Trời, Ngài thánh khiết nhất, nhu mì nhất, khiêm nhường nhất và Ngài là Người tuyệt vời nhất trong mọi phương diện từ trước đến nay"[2].

Bất kỳ sự đáng yêu nào có thể có đều ở trong Chúa Giê-xu, vì "Ngài thánh khiết nhất, nhu mì nhất, khiêm nhường nhất và Ngài là Người

---

[2]Edwards, *Works*, 22:172.

tuyệt vời nhất trong mọi phương diện từ trước đến nay". Ngôn ngữ mô tả sự nhu mì và khiêm nhường của Đấng Christ chính là cách Đấng Christ mô tả tấm lòng Ngài trong Ma-thi-ơ 11:29. Nói cách khác, chính tấm lòng dịu dàng điểm trang cho Ngài đẹp thêm, nói cách khác, điều thu hút chúng ta đến với Đấng Christ cách mãnh liệt nhất là lòng nhu mì, dịu dàng và khiêm nhường của Ngài.

Trong hội thánh ngày nay, chúng ta thường nói đến vinh quang của Đức Chúa Trời và vinh hiển của Đấng Christ. Nhưng còn vinh quang kéo chúng ta đến cùng Đức Chúa Trời, giúp chúng ta chiến thắng tội lỗi và khiến chúng ta trở nên những người rạng rỡ thì sao? Có phải chính "độ vĩ đại" của Đức Chúa Trời, tính bao la rộng lớn của vũ trụ và của Đấng sáng tạo, cảm nhận về sự lớn lao siêu việt của Chúa kéo chúng ta đến với Ngài không? Edwards nói: Không hề! Chính là sự đáng yêu của lòng Ngài. Ông nói chính "việc nhìn vào vẻ đẹp thiên thánh thiện của Đấng Christ khiến ý chí phải cúi đầu và thu hút lòng người. Đôi mắt nhìn vào sự vĩ đại của Đức Chúa Trời qua các thuộc tính Ngài có thể khiến con người choáng ngợp." Nhưng nhu cầu sâu xa nhất của chúng ta không phải là nhìn thấy sự vĩ đại của Chúa mà là nhìn thấy sự nhân từ của Ngài. Chỉ nhìn thấy sự nhân từ của Ngài, thì "sự thù hằn và chống đối của tấm lòng có thể vẫn rất mạnh mẽ, và ý chí sẽ vẫn không lay chuyển; nhưng một cái nhìn lướt qua vinh quang thuộc linh và đạo đức của Đức Chúa Trời, cùng tính cực kỳ đáng yêu của Chúa Giê-xu Christ chiếu rọi vào tấm lòng, sẽ vượt qua và xoá bỏ sự chống đối này và bởi quyền năng tuyệt đối, linh hồn hướng về Đấng Christ, có thể nói như vậy."[3]

Chúng ta bị thu hút đến với Đức Chúa Trời bởi vẻ đẹp của tấm lòng Chúa Giê-xu. Khi tội nhân và người đau khổ đến với Đấng Christ, Edwards nói trong một bài giảng khác rằng "Đấng họ thấy hết sức tuyệt vời và đáng yêu". Vì họ đến với một Đấng không chỉ "hết sức oai nghi, trong sạch và sáng láng toàn vẹn", mà còn là Đấng mà trong Ngài sự oai nghi này được "kết hợp với ân điển ngọt ngào nhất, Đấng mặc

---

[3]Jonathan Edwards, "True Grace, Distinguished from the Experience of Devils", trong *The Works of Jonathan Edwards*, vol.25, *Sermons and Discourses, 1743–1758*, ed. Wilson H. Kimnach (New Haven, CT: Yale University Press, 2006), 635.

lấy sự dịu dàng, nhu mì và yêu thương"⁴. Chúa Giê-xu sẵn sàng hết lòng tiếp nhận họ. Với tình trạng tội lỗi, họ kinh ngạc khi biết rằng tội lỗi của họ khiến Ngài càng sẵn sàng ôm họ vào lòng. "Họ bất ngờ khi thấy Ngài dang tay ôm họ, sẵn sàng mãi mãi quên đi những lỗi lầm của họ như thể họ chưa từng phạm"⁵.

Nói cách khác, khi đến với Đấng Christ, chúng ta giật mình bởi vẻ đẹp của tấm lòng ân cần tiếp đón của Ngài. Sự ngạc nhiên tự thân nó kéo chúng ta đến.

———

Có bao giờ chúng ta nghĩ đến vẻ đáng yêu của tấm lòng Đấng Christ chưa?

Khi nghĩ về Đấng Christ, có lẽ vẻ đẹp không phải là điều xuất hiện trong tâm trí chúng ta. Có lẽ chúng ta nghĩ về Đức Chúa Trời và Đấng Christ ở phương diện lẽ thật, không phải vẻ đẹp. Nhưng lý do khiến chúng ta quan tâm đến giáo lý đúng đắn là để gìn giữ vẻ đẹp của Ngài, cũng như lý do chúng ta quan tâm đến tiêu cự ống kính trên máy chụp hình là để bắt được vẻ đẹp mà chúng ta muốn chụp cách chính xác.

Hãy để Chúa Giê-xu kéo bạn lại gần qua vẻ đáng yêu của tấm lòng Ngài. Đây là tấm lòng quở trách những người không biết ăn năn bằng sự gay gắt cần thiết, nhưng ôm lấy người biết ăn năn bằng sự cởi mở hơn cả điều chúng ta có thể cảm nhận. Đó là tấm lòng bước đi với chúng ta vào đồng cỏ tươi xanh là tình yêu của Chúa. Đó là tấm lòng kéo người bị khinh khi và ruồng bỏ đến bên chân Ngài trong niềm hy vọng không thể kìm hãm. Đó là tấm lòng cân bằng trọn vẹn, không hề phản ứng thái quá, không hề bào chữa, không hề la mắng, quát tháo. Đó là tấm lòng khát khao rung lên vì người cơ cực. Đó là tấm lòng ngập tràn niềm an ủi sâu sắc về sự hiệp nhất chung trong nỗi đau khổ đó. Đó là tấm lòng nhu mì và khiêm nhường.

---

⁴Jonathan Edwards, "Seeking After Christ", trong *The Works of Jonthan Edwards*, vol. 22, *Sermons and Discourses, 1739–1742*, ed. Harry S. Stout and Nathan O. Hatch (New Haven, CT: Yale University Press, 2003), 289.

⁵Edwards, *Works of Jonathan Edwards*, 22:290.

Vậy thì hãy để cho tấm lòng của Chúa Giê-xu không chỉ trở nên nhu mì mà còn đáng yêu đối với bạn nữa. Nếu tôi có thể nói như vầy: *hãy tô điểm vẻ lãng mạn cho tấm lòng của Chúa Giê-xu.* Ý tôi muốn nói là hãy nghĩ về Ngài thông qua tấm lòng của Ngài. Hãy để chính bạn bị quyến rũ bởi tấm lòng của Ngài. Giữa nhiều hình thức rèn luyện tâm linh khác, sao không hình thành trong đời sống mình thói quen tĩnh lặng thong dong, nơi bạn có thể chiêm ngưỡng vẻ lấp lánh của bản chất Ngài, của những điều làm cho Ngài sống động và của niềm vui sâu xa nhất của Ngài? Sao không dành cho tâm hồn mình chỗ để cứ vui vẻ với Đấng Christ, lần này qua lần khác?

Khi nhìn vào những thánh đồ lớn tuổi đầy rạng rỡ trong hội thánh, bạn nghĩ nhờ đâu họ được như vậy? Đúng, nhờ giáo lý đúng đắn. Vâng lời tuyệt đối, rõ ràng rồi. Chịu khổ mà không chút hoài nghi, chắc chắn là như vậy. Nhưng có lẽ còn có lý do khác nữa, có thể lý do sâu xa nhất là, theo thời gian, với lòng yêu mến sâu xa, họ đã bị chinh phục bởi một Cứu Chúa nhu mì. Có lẽ suốt nhiều năm họ nếm biết nỗi kinh ngạc về một Đấng mà chính tội lỗi của họ kéo Ngài đến, thay vì đẩy Ngài ra xa. Có lẽ họ không chỉ biết rằng Chúa Giê-xu yêu họ mà còn cảm nhận được tình yêu ấy.

───

Chúng ta không thể khép lại chương này nếu không nghĩ đến những đứa trẻ trong cuộc đời mình. Jonathan Edwards nói với những đứa trẻ mà ông biết "Không có tình yêu nào lớn lao và tuyệt vời hơn tình yêu trong lòng Đấng Christ". Làm sao để chúng ta cũng tình yêu ấy, theo phương cách và thời điểm của riêng mình?

Những đứa trẻ mà chúng ta chào chúng trong hành lang nhà thờ cần gì? Điều sâu xa nhất mà chúng cần là gì? Phải, chúng cần bạn bè, cần sự khích lệ, cần được hỗ trợ trong việc học, cần những bữa ăn ngon và đủ chất. Nhưng có lẽ nhu cầu đích thực nhất, tức điều sẽ duy trì và cung cấp ô-xy cho chúng khi tất cả những nhu cầu cuộc sống này không được đáp ứng, là cảm nhận giác bị thu hút bởi bản chất của Chúa Giê-xu chăng? Ngài thật sự cảm thấy như thế nào về chúng?

Nếu là cha mẹ, thì việc chúng ta làm với chính những đứa con của mình là gì? Câu hỏi này có thể được trả lời bằng cả trăm lời đáp có giá trị. Nhưng trọng tâm là cho các con thấy rằng ngay cả tình yêu đẹp đẽ nhất của chúng ta cũng chỉ là cái bóng của một tình yêu vĩ đại hơn. Nói cách dễ hiểu hơn là làm cho tấm lòng dịu dàng của Đấng Christ trở nên hấp dẫn không thể cưỡng lại được và không thể quên được. Mục tiêu của chúng ta là khi con cái rời khỏi nhà lúc mười tám tuổi sẽ không thể sống phần đời còn lại với niềm tin rằng tội lỗi và những đau khổ của chúng đẩy Đấng Christ ra xa.

Có lẽ đây là món quà tuyệt vời nhất mà bố tôi đã tặng cho tôi. Thật thế, ông đã dạy anh em chúng tôi giáo lý đúng đắn khi chúng tôi lớn lên - điều bị bỏ quên nghiêm trọng trong đời sống gia đình của những người theo Tin Lành thuần tuý ngày nay. Nhưng có một điều ông đã chỉ cho tôi thấy và nó thậm chí còn bám rễ sâu hơn lẽ thật về Đức Chúa Trời, đó là tấm lòng của Đức Chúa Trời, được xác thực qua Đấng Christ - một người bạn của tội nhân. Bố làm cho tấm lòng ấy trở nên đẹp đẽ đối với tôi. Ông không đẩy tôi vào đó, nhưng thu hút tôi bước vào. Chúng ta cũng có đặc ân tìm ra những phương cách sáng tạo để thu hút bọn trẻ xung quanh mình đến với tấm lòng của Chúa Giê-xu. Mong ước được đến gần tội nhân và những người chịu đau khổ không chỉ đúng về phương diện giáo lý mà còn thu hút về mặt thẩm mỹ.

Chương 11

Đời Sống Tình Cảm của Đấng Christ

Đức Chúa Giê-xu thấy Ma-ri khóc, và những người Do Thái đi với cô cũng khóc, thì trong lòng bồi hồi, xúc động.
Giăng 11:33

Một trong những giáo lý về Đấng Christ học mà một số Cơ Đốc nhân thấy hoàn toàn khó hiểu là nhân tính vĩnh cửu của Đấng Christ. Suy nghĩ thường tình là Con Trời từ trời xuống trần trong hình thức nhập thể, sống khoảng ba năm như một con người, rồi trở về trời để quay lại với tình trạng tiền nhập thể.

Nhưng đây là sai lầm của giáo lý về Đấng Christ học, nếu không muốn nói là dị giáo hoàn toàn. Con Trời tự mặc lấy nhân tính và sẽ không bao giờ tự cởi bỏ ra. Ngài đã thành người và sẽ luôn luôn là người. Đây là điều quan trọng trong giáo lý về sự thăng thiên của Đấng Christ: Ngài lên trời với chính thân thể đó, phản ánh nhân tính trọn vẹn là nhân tính được kêu sống lại từ phần mộ. Dĩ nhiên, Ngài có thần tính và sẽ luôn luôn mang thần tính. Nhưng còn nhân tính, một khi đã mặc lấy, sẽ không bao giờ chấm dứt. Giáo lý vấn đáp Heidelberg cho biết, trong Đấng Christ "chúng ta mang lấy xác thịt của chính mình trên thiên đàng" (câu hỏi 49).

Một hàm ý của lẽ thật về nhân tính đời đời của Christ là khi chúng ta thấy cảm xúc, tình cảm mãnh liệt và lòng yêu thương của Đấng Christ nhập thể đối với tội nhân và những người bị đau khổ như được trình bày trong bốn sách Phúc Âm, *chúng ta đang nhìn thấy Chúa Giê-*

xu là ai đối với chúng ta ngày hôm nay. Con không rút lui về tình trạng vô thân thiên thượng mà Ngài đã hiện hữu trước khi mặc lấy thân xác con người.

Thân xác mà Con mặc lấy là nhân tính hoàn toàn, trọn vẹn và đích thực. Thật vậy, Chúa Giê-xu là con người đích thực nhất từng sống trên đất. Những dị giáo cổ như thuyết Duy nhất tính và thuyết Nhất tính xem Chúa Giê-xu là một dạng pha trộn giữa con người và thần linh, một dạng thứ ba duy nhất nằm đâu đó giữa Đức Chúa Trời và con người – những dị giáo mà chúng ta lên án tại giáo hội nghị lần thứ tư ở Chalcedon (Thổ Nhĩ Kỳ ngày nay) năm 451 S.C. Bài tín điều Chaldedon ra đời từ hội nghị đó nói Chúa Giê-xu là "Đức Chúa Trời đích thực và con người đích thực" chứ không phải là sự pha trộn của cả hai. Dù làm người (và làm người vô tội) có nghĩa là gì, thì Chúa Giê-xu cũng đã từng và hiện đang làm người. Và cảm xúc là phần thiết yếu trong con người. Dĩ nhiên, cảm xúc của chúng ta bị nhiễm bệnh bởi sự sa ngã, như mọi yếu tố khác trong nhân loại sa ngã chịu ảnh hưởng từ sự sa ngã. Nhưng cảm xúc tự thân nó không phải là hậu quả của sự sa ngã. Chúa Giê-xu kinh nghiệm đầy đủ mọi cung bậc cảm xúc như chúng ta (Hê 2:17; 4:15).[1] Như Calvin có nói "Con Trời mặc lấy xác thịt của chúng ta, cũng tự nguyện mặc lấy những cảm xúc của con người, để Ngài không khác biệt chút nào so với anh em mình, ngoại trừ tội lỗi"[2].

Nhà thần học vĩ đại của Princeton B. B. Warfield (1851–1921) viết một bài luận nổi tiếng năm 1912 có tựa đề "Đời sống cảm xúc của Chúa chúng ta". Trong bài luận, ông khảo sát tỉ mỉ những điều các sách Phúc Âm bày tỏ về đời sống nội tâm của Đấng Christ, điều Warfield gọi là đời sống "cảm xúc" của Ngài. Warfield không có ý nói *cảm xúc* như cách chúng ta thường nghĩ, tức là thiếu cân bằng, chống đối, bị điều khiển bởi tình cảm không lành mạnh. Ông chỉ chú ý điều Chúa Giê-xu *cảm nhận*. Và khi suy ngẫm về cảm xúc của Đấng Christ, Warfield nhiều lần

---

[1]B. B. Warfield, *The Person and Work of Christ* (Oxford, UK: Benediction Classics, 2015), 137–38.

[2]John Calvin, *Commentary on the Gospel according to John*, vol. 1, trans. William Pringle (Grand Rapids, MI: Baker, 2003), 440.

lưu ý cảm xúc của Ngài tuôn chảy từ nơi sâu thẳm nhất của tấm lòng Ngài ra sao.

Vậy thì chúng ta thấy gì trong các sách Phúc Âm về đời sống tình cảm của Chúa Giê-xu? Một đời sống tình cảm có Chúa sẽ như thế nào? Một mặt, đó là một đời sống nội tâm có sự cân bằng, cân đối và kiểm soát tốt nhất; mặt khác, đó là một đời sống với nhiều cảm xúc sâu xa.

Warfield ngẫm nghĩ về nhiều cảm xúc khác nhau chúng ta nhìn thấy trong Chúa Giê-xu trong các sách Phúc Âm. Hai trong số những cảm xúc này, thương xót và tức giận, được khảo sát tỉ mỉ.

Warfield bắt đầu nghiên cứu về những cảm xúc cụ thể trong cuộc đời của Đấng Christ như thế này:

> Cảm xúc mà chúng ta đương nhiên mong đợi nơi Chúa Giê-xu, Đấng cả cuộc đời tận hiến cho sứ mạng thương xót Đấng mà chức vụ của Ngài trong ký ức của các môn đệ là đi khắp xứ "làm phước" (Công 10:38) chắc chắn là cảm xúc "thương xót". Thực tế, đây là cảm xúc thường được gán cho Ngài nhất.[3]

Rồi ông tiếp tục đưa ra nhiều ví dụ cụ thể về lòng thương xót của Đấng Christ. Trong những ví dụ đó, ông cố gắng giúp chúng ta thấy rằng Chúa Giê-xu không chỉ bày tỏ những hành động thương xót mà còn thật sự cảm nhận sự xáo động trong tâm và lòng thương xót cuồn cuộn đối với kẻ bất hạnh. Khi người mù và người què cùng những người đau khổ kêu cầu Chúa Giê-xu, "Ngài đáp lại với niềm thương xót sâu sắc dành cho họ. Lòng thương xót Ngài thể hiện qua hành động bên ngoài; còn điều được nhấn mạnh qua từ này được dùng để bày tỏ đáp ứng của Chúa đó là... sự cảm động sâu sắc bên trong bản chất tình cảm của Ngài"[4]. Ví dụ: khi nghe hai người mù kêu xin cho được sáng mắt (Mat 20:30–31) hay người phong hủi xin được sạch (Mác 1:40), hay chỉ nhìn thấy (mà không nghe lời cầu xin) người goá bụa đau khổ (Lu 7:12), "tim Ngài đập mạnh vì thương xót"[5].

Trong từng trường hợp, Chúa Giê-xu đều được mô tả là hành động xuất phát từ cùng một tâm trạng bên trong (Mat 20:34; Mác 1:41; Lu

---

[3]Warfield, *Person and Work of Christ*, 96.

[4]Warfield, *Person and Work of Christ*, 97–98.

[5]Warfield, *Person and Work of Christ*, 98.

7:13). Từ Hy Lạp là *splanchinizo*, thường được dịch là "động lòng thương xót". Nhưng từ này không phải chỉ là cảm giác thương xót thoáng qua, nó nói đến cảm xúc sâu xa khuấy động tình cảm và ước muốn bên trong bạn. Hình thức danh từ của động từ này dịch theo nghĩa đen là ruột gan của con người.

Tuy nhiên, Warfield đặc biệt sâu sắc khi nói đến hàm ý của lòng thương xót đối với cách chúng ta hiểu Chúa Giê-xu là ai và đời sống tình cảm của Ngài thật sự ra sao. Xuyên suốt bài luận, Warfield suy ngẫm về việc Chúa Giê-xu là con người trọn vẹn từng sống trên đất; vậy thì chúng ta phải hiểu đời sống tình cảm của Ngài và cảm xúc, chẳng hạn như thương xót, của Ngài như thế nào? Điều ông giúp chúng ta nhìn thấy là những cảm xúc của Đấng Christ vượt xa chiều sâu cảm xúc của chúng ta, vì Ngài thật sự là con người (trái ngược với sự pha trộn giữa trời và người) và vì Ngài là con người toàn hảo.

Có lẽ nên dùng một ví dụ để làm rõ. Tôi nhớ cách đây vài năm tôi đang đi bộ trên những con đường ở Bangalore, Ấn Độ. Tôi vừa giảng xong tại một hội thánh trong thị trấn và đang chờ xe đến. Ngay lập tức bên ngoài khuôn viên nhà thờ là một ông già, có vẻ không nhà cửa, đang ngồi trong một chiếc hộp cát-tông lớn. Quần áo ông rách nát và dơ bẩn. Ông cũng bị mất nhiều răng. Và điều đau lòng nhất là bàn tay của ông. Hầu hết các ngón tay đều bị ăn mòn một phần. Rõ ràng là không phải chúng bị thương tổn vì tai nạn mà là bị ăn mòn theo thời gian. Ông ấy bị phong hủi.

Điều gì xảy ra trong lòng tôi lúc ấy? Tấm lòng sa ngã, thường suy nghĩ lan man này ư? Thương hại. Thật ra là chút chút thôi. Nhưng đó chỉ là lòng thương hại hờ hững. Sự sa ngã đã phá hỏng tôi, toàn bộ con người tôi, kể cả cảm xúc. Những cảm xúc trong con người sa ngã không chỉ phản ứng thái quá một cách sai lầm, mà nó còn phản ứng yếu ớt một cách sai lầm nữa. Tại sao lòng tôi lại nguội lạnh đến vậy trước người đàn ông khốn khổ này? Vì tôi là một tội nhân.

Vậy thì một con người vô tội với đầy đủ cảm xúc nhìn thấy người bị phong hủi đó có nghĩa là gì? Tội lỗi kìm hãm lòng thương xót; vậy lòng thương xót không bị kìm hãm sẽ như thế nào?

Đây là cảm xúc của Chúa Giê-xu. Thương xót hoàn hảo, nguyên vẹn. Điều đang dâng lên trong tấm lòng Ngài hẳn phải như thế nào? Lòng thương xót trọn vẹn, không phải được bày tỏ qua lời sấm truyền tiên tri như trong Cựu Ước, mà qua một con người thật sự, thì sẽ như thế nào? Và nếu con người đó vẫn là con người, dù hiện ở trên trời, nhưng nhìn vào mỗi một chúng ta, những người bị bệnh phong hủi thuộc linh với lòng thương xót nguyên vẹn, lòng yêu thương tuôn tràn không bị giới hạn bởi thái độ chỉ quan tâm bản thân ngăn cản lòng thương xót, thì sao?

———

Và không chỉ lòng thương xót. Cơn giận hoàn hảo sẽ như thế nào?

Có lẽ đây là đóng góp quan trọng cho bài luận có ảnh hưởng đến những phát triển sau này của Warfield và có thể có liên hệ với thắc mắc đang xuất hiện trong trí bạn trong quá trình nghiên cứu về tấm lòng của Đấng Christ. Cụ thể, việc nhấn mạnh tấm lòng Đấng Christ, tấm lòng nhu mì và khiêm nhường của Ngài, lòng trắc ẩn sâu xa của Ngài, phù hợp thế nào với những đoạn nói đến cơn giận mà chúng ta thấy trong các sách Phúc Âm? Chúng ta có đang thiên vị một cách vô bổ khi tập trung vào sự nhu mì của Ngài không? Lẽ nào Ngài không tức giận ư?

Hãy xem Warfield nói gì khi ông bắt đầu nghiên cứu cơn giận của Chúa Giê-xu. Sau khi lưu ý rằng đó là vấn đề sự toàn hảo về đạo đức không chỉ để phân biệt giữa thiện và ác mà còn tích cực bị thu hút đến với cái này và bị đẩy ra khỏi cái kia, ông nói:

> Cho nên, không thể nào một hữu thể đạo đức lại đứng trong sự hiện diện của những cái được xem là hờ hững và thờ ơ sai trật. Hữu thể đạo đức chính xác là một hữu thể nhận biết sự khác biệt giữa đúng và sai và phản ứng cách thích hợp với sự nhận biết đúng hay sai đó. Do đó, cảm xúc phẫn nộ và tức giận thuộc về chính sự tự biểu hiện của hữu thể đạo đức theo đúng nghĩa và không thể thiếu vắng khi đối diện điều sai trật.[6]

———

[6]Warfield, *Person and Work of Christ*, 107.

Warfield muốn nói rằng một con người đạo đức trọn vẹn như Đấng Christ mà *không* nổi giận thì sẽ là điều mâu thuẫn. Có lẽ chúng ta cảm thấy rằng chúng ta nhấn mạnh lòng thương xót của Đấng Christ một chút là chúng ta bỏ bê cơn giận của Ngài và khi chúng ta nhấn mạnh cơn giận của Ngài một chút thì chúng ta làm ngơ lòng thương xót của Ngài. Nhưng điều chúng ta phải nhìn thấy là cả hai cùng tăng lên và giảm xuống với nhau. Một Đấng Christ bớt thương xót có lẽ chẳng bao giờ nổi giận trước những bất công xung quanh Ngài, trước tính man rợ và khắc nghiệt của con người, ngay cả những người trong hàng ngũ lãnh đạo về tôn giáo cũng nghĩ thế. Không! "Lòng thương xót và sự phẫn nộ đều cùng dâng lên trong lòng Ngài"[7]. Người cha yêu con gái mình nhất sẽ vô cùng tức giận khi cô bị ngược đãi.

Hãy xem cơn giận của Chúa Giê-xu qua phép tam đoạn luận (hình thức lập luận trong đó kết luận được rút ra từ hai lập luận đã được trình bày - ND) hợp lý sau đây:

Tiền đề #1: Lòng thiện lành gớm ghét điều ác bằng sự phẫn nộ kinh khiếp.

Tiền đề #2: Chúa Giê-xu là hình ảnh thu nhỏ của sự thiện lành; Ngài toàn hảo về đạo đức.

Kết luận: Chúa Giê-xu gớm ghét điều ác bằng sự phẫn nộ kinh khiếp hơn bất kỳ ai.

Phải, Chúa Giê-xu kịch liệt lên án những kẻ làm cho trẻ con phạm tội, Ngài nói rằng những người đó bị buộc cối đá vào cổ mà quăng xuống nước thì tốt hơn (Mat 18:6), không phải vì Ngài có khoái cảm tra tấn kẻ ác, mà điều sâu sắc nhất là vì Ngài yêu trẻ con. Chính tấm lòng yêu thương, chứ không phải nhiệt thành thi hành sự công bằng, dâng lên trong tâm hồn Ngài khiến Ngài bật ra lời công bố tai hoạ đáng sợ như thế.

Tương tự với lời công bố về sự phán xét trên thầy thông giáo và người Pha-ri-si trong Ma-thi-ơ 23 - điều gì châm ngòi cho những lời khiển trách kinh khiếp như thế? Chính là mối quan tâm của Ngài đối với những người bị dẫn dụ và bị ngược đãi bởi những tiến sĩ tôn giáo

---

[7]Warfield, *Person and Workd of Christ*, 141.

được nhiều người tôn kính. Những người nghe theo những thầy giáo này bị chất lên mình "những gánh nặng khó mang nổi" (Mat 23:4). Những con người đáng thương này bị bắt trở thành "con của hoả ngục gấp đôi" các thầy thông giáo và người Pha-ri-si (23:15). Tóm lại, các thầy thông giáo và người Pha-ri-si mắc tội về máu của tất cả các tiên tri công chính (23:34–35). Lòng của họ đối với những con người này trái ngược với tấm lòng của Chúa Giê-xu. Họ muốn lợi dụng người khác để làm lợi cho bản thân; còn Chúa Giê-xu mong ước phục vụ người khác để gây dựng họ. Chúa Giê-xu muốn tập hợp con người dưới cánh Ngài như gà mẹ túc gà con dưới cánh mình để bảo vệ chúng (23:37).

Còn việc đuổi những người đổi tiền ra khỏi đền thờ thì sao? Đó hoàn toàn không phải một việc dịu dàng. Tấm lòng dịu dàng của Ngài khớp sao được với hành động này? Chúng ta còn được cho biết là Chúa Giê-xu tự bện roi (Giăng 2:15). Hãy hình dung Ngài ở đó, một mình, đan đan dệt dệt, bình tĩnh làm ra thứ công cụ để đuổi bọn đổi tiền, lật đổ bàn của họ một cách đầy mạnh bạo. Nhưng tại sao Ngài làm như vậy? Vì họ đã sử dụng đền thờ cách sai trật. Đây là nhà của Đức Chúa Trời, là nơi tội nhân có thể đến để dâng của lễ và tận hưởng mối thông công với Đức Chúa Trời, là sự đảm bảo về ân điển và đặc ân của Ngài. Đó phải là nơi để cầu nguyện, nơi trung chuyển phước hạnh giữa Đức Chúa Trời và dân sự Ngài. Những kẻ đổi tiền thật sự là những người đang làm đảo lộn mọi thứ - đảo lộn đền thờ từ một nơi để nếm biết và gặp Đức Chúa Trời thành nơi kiếm tiền.

Phải, điều chúng ta đang muốn nói là Đấng Christ nổi giận và vẫn còn nổi giận, vì Ngài là con người toàn hảo, Đấng yêu thương nhiều nên không thể thờ ơ. Và cơn giận công chính phản chiếu tấm lòng Ngài, lòng thương xót dịu dàng của Ngài. Nhưng vì sâu thẳm trong lòng Ngài là lòng trắc ẩn dịu dàng, nên Ngài rất mau nổi giận và cảm nhận cơn giận cách phừng phừng nhất - tất cả đều không có dấu vết nào cho thấy tội lỗi làm vấy bẩn cơn giận ấy.

Ví dụ rõ ràng nhất về cơn giận công bình của Đấng Christ trong các sách Phúc Âm là cái chết của La-xa-rơ trong Giăng 11. Trong phân đoạn này, động từ được dùng trong câu 33 và 38 mô tả cảm xúc bên trong của Chúa Giê-xu là hết sức giận dữ. "Chúa Giê-xu tiến đến mộ của La-xa-rơ, trong tâm trạng không phải là đau đớn không thể kìm nén, mà là tức giận không thể đè nén... Cảm xúc xé nát ngực Ngài và muốn hét lên đó là sự thịnh nộ"[8]. Warfield tiếp tục suy ngẫm vai trò mà câu chuyện kể về La-xa-rơ đóng trong toàn bộ Phúc âm Giăng. Hãy lưu ý cách ông liên kết với tấm lòng của Đấng Christ:

> Cơn thịnh nộ không thể dập tắt chiếm giữ lấy Ngài... Chính sự chết là đối tượng của cơn thịnh nộ Ngài và phía sau sự chết là hắn, kẻ nắm quyền trên sự chết, kẻ mà Ngài đến trong thế gian để tiêu diệt. Những giọt nước mắt cảm thông làm mắt Ngài nhòe đi, nhưng đó chỉ là chuyện phụ. Lòng Ngài nổi giận ... Do đó việc kêu La-xa-rơ sống lại không phải trở thành một kỳ công biệt lập, mà là... một trường hợp mang tính quyết định và là biểu tượng mở cho chiến thắng của Chúa Giê-xu trên sự chết và âm phủ.
>
> Điều Giăng làm cho chúng ta... là phô bày cho chúng ta tấm lòng của Chúa Giê-xu, khi Ngài giành lấy sự cứu rỗi cho chúng ta. Không phải với sự hờ hững lạnh lùng, nhưng với cơn giận phừng phừng trước kẻ thù mà Chúa Giê-xu thay mặt chúng ta đánh bại. Ngài không chỉ cứu chúng ta khỏi điều ác đàn áp chúng ta; Ngài còn cảm thông và đồng cảm với chúng ta trong sự áp bức chúng ta phải chịu và dưới sự thôi thúc của những cảm xúc này, Ngài đã thực hiện sự cứu chuộc cho chúng ta[9].

Trong khi Đấng Christ là sư tử đối với kẻ không chịu ăn năn, Ngài lại là chiên con đối với người biết ăn năn - người bị sa sút, người cởi mở, người đói khổ, người khao khát, người biết xưng tội, người tự cho mình là không quan trọng. Ngài ghét bằng lòng căm ghét công bình đối với tất cả những gì gây họa cho bạn. Hãy nhớ Ê-sai 53 nói đến việc Đấng Christ mang những nỗi buồn của chúng ta và gánh lấy những đau khổ của chúng ta (câu 4). Ngài không chỉ chịu hình phạt thế cho chúng ta, từng trải điều chúng ta sẽ không bao giờ trải qua (sự kết án); mà Ngài còn chịu khổ với chúng ta, từng trải điều chính chúng ta trải qua (sự ngược đãi). Khi bạn đau buồn, Ngài cũng đau buồn. Khi bạn khốn khổ, Ngài cũng khốn khổ.

---

[8]Warfield, *Person and Work of* Christ, 115.

[9]Warfield, *Person and Work of Christ*, 117. Xem thêm phần chú thích của Calvin, rõ ràng không đồng ý với Augustine nhưng đồng tình với Warfield, về The full-throttled humanness of Christ's emotions trong John 11: Calvin, *Commentary on the Gospel according to John*, 1:439–43.

Hôm nay bạn có tức giận không? Đừng vội vàng nói rằng nổi giận là tội lỗi. Rõ ràng Kinh thánh đã dạy chúng ta phải biết giận khi cần thiết (Thi 4:4; Êph 4:26). Có lẽ bạn có lý do khi nổi giận. Có lẽ bạn bị đối xử tệ và đáp ứng thích hợp duy nhất là nổi giận. Niềm an ủi dành cho bạn đó là: *Chúa Giê-xu cũng đang nổi giận cùng với bạn.* Ngài liên hiệp với bạn khi bạn nổi giận. Thật ra, Ngài còn giận hơn cả bạn về điều sai trái người khác gây ra cho bạn. Cơn giận công bình của bạn là hình bóng về cơn giận của Ngài. Và không giống cơn giận của bạn, cơn giận của Ngài không hề bị vấy bẩn bởi tội lỗi. Khi bạn nghĩ đến những người có lỗi với bạn, hãy để Chúa Giê-xu nổi giận thay cho bạn. Bạn có thể tin tưởng vào cơn giận của Ngài, vì đó là cơn giận bắt nguồn từ lòng thương xót đối với bạn. Sự phẫn nộ của Ngài khi thấy người khác bị ngược đãi trong các sách Phúc Âm cũng là sự phẫn nộ của Ngài hiện nay trên thiên đàng khi bạn bị ngược đãi.

Với hiểu biết đó, hãy giải thoát người mắc nợ bạn, rồi hít thở trở lại. Hãy để tấm lòng của Đấng Christ dành cho bạn không chỉ rửa bạn cho sạch bằng lòng thương xót của Ngài, mà còn bảo đảm với bạn về sự hiệp nhất của Ngài với bạn trong sự phẫn nộ đối với tất cả những điều làm bạn đau đớn, nhất là sự chết và địa ngục.

Chương 12

Người Bạn Dịu Dàng

...Làm bạn với người thu thuế và kẻ tội lỗi!
Ma-thi-ơ 11:19

Một lĩnh vực để suy nghĩ về tấm lòng của Đấng Christ là tình bạn. Tấm lòng của Ngài là tấm lòng của một người bạn không bao giờ làm ta thất vọng.

Đây là cách hiểu Đấng Christ phổ biến đối với những thế hệ trước kia hơn là thế hệ ngày nay. Trong chương này, chúng ta nghiên cứu chủ đề làm bạn với Chúa từ những người Thanh giáo, nhưng chúng ta thậm chí không cần quay về với các tác giả trong lịch sử hay thậm chí là tác giả Cơ Đốc để nhận ra rằng ngày nay chúng ta đã làm cho sự hiểu biết này, ngay cả tình bạn giữa con người với nhau, đặc biệt giữa nam giới, trở nên nghèo nàn thảm thương. Richard Godbeer, giáo sư lịch sử tại Đại học Virginia Commonwealth, cho thấy qua bài phê bình mở rộng về thư tay rằng tình bạn giữa nam giới ngày hôm nay đã bị phai nhạt đi rất nhiều khi so với sự phong phú của thứ tình cảm lành mạnh, không mang yếu tố tình ái giữa những người nam với nhau ở thuộc địa Mỹ.[1]

Nhưng nếu chúng ta để cho thế giới xung quanh trong nền văn hoá hiện tại định hình quan niệm về ý nghĩa tình bạn của chúng ta, thì chúng ta không chỉ đánh mất một thực tại quan trọng đối với sự phát triển lành mạnh của con người theo chiều ngang; mà tệ hơn là

---

[1]Richard Godbeer, *The Overflowing of Friendship: Love Between Men and the Creation of the American Republic* (Baltimore, MD: John Hopkins University Press, 2009).

chúng ta đánh mất cơ hội tận hưởng tình bạn của Đấng Christ theo chiều thẳng đứng.

Một trong những tham chiếu hấp dẫn nhất về tình bạn của Đấng Christ nằm trước đoạn Kinh thánh chính trong nghiên cứu của chúng ta ở Ma-thi-ơ 11:28–30. Trong Ma-thi-ơ 11:19, Chúa Giê-xu trích dẫn lời những kẻ buộc tội Ngài gọi Ngài cách khinh bỉ là "bạn với người thu thuế và kẻ tội lỗi!" (tức là làm bạn với những loại tội nhân đáng khinh nhất trong văn hoá thời đó). Và như thường thấy trong các sách Phúc Âm – chẳng hạn như khi tà ma nói "Tôi biết Ngài là ai, là Đấng Thánh của Đức Chúa Trời" (Mác 1:24), hay khi chính Sa-tan thừa nhận Đấng Christ là "Con Đức Chúa Trời" (Lu 4:9) - không phải các môn đồ mà chính địch thủ của Ngài là những người nhận biết rõ ràng nhất Ngài là ai. Dù đám đông gọi Ngài là bạn của tội nhân như một cách kết tội, nhưng "nhãn dán" này là một sự an ủi không thể nói hết bằng lời đối với những ai tự biết mình là tội nhân. Chuyện Chúa Giê-xu là bạn của tội nhân chỉ là chuyện đáng khinh với những kẻ tự thấy mình không ở trong phân loại đó.

Đấng Christ là bạn của tội nhân có nghĩa là gì? Ít nhất điều này có nghĩa là Ngài vui thích dành thời gian cho họ. Điều này cũng có nghĩa là họ thấy được chào đón và thoải mái khi ở bên Ngài. Lưu ý dòng chuyển tiếp bắt đầu một chuỗi các ẩn dụ trong Lu-ca: "Bấy giờ, tất cả những người thu thuế và kẻ có tội đến gần Chúa Giê-xu để nghe Ngài giảng" (Lu 15:1). Chính hai nhóm người mà vì họ Chúa Giê-xu bị buộc tội làm bạn với họ trong Ma-thi-ơ 11 lại là những người không thể tránh xa Ngài trong Lu-ca 15. Họ thấy dễ chịu khi ở bên Ngài. Họ cảm nhận điều gì đó khác biệt ở Ngài. Những người khác giữ khoảng cách với họ, còn Chúa Giê-xu chủ động giao thiệp với họ, mang đến cho họ niềm hy vọng mới mẻ. Suy cho cùng, điều Ngài thật sự đang làm là kéo họ vào lòng.

———

Hãy suy nghĩ về phạm vi các mối quan hệ của bạn. Chắc chắn, ranh giới bạn bè của bạn được vẽ ra ở nhiều vị trí khác nhau, giống như những vòng tròn đồng tâm thu hẹp ở một điểm đen. Có một số người đến trong cuộc đời chúng ta mà chúng ta không biết tên, nhưng họ thật sự ở trong cái vòng tròn mà ta yêu mến. Một số khác ở gần tâm hơn, nhưng có lẽ không phải bạn thân thiết. Đi sâu vào trọng tâm, một số người trong chúng ta thật có phước khi có được một hay hai người bạn thân nhất định, những người thật sự biết chúng ta, "hiểu" chúng ta, những người xem việc ở bên cạnh nhau hoàn toàn là niềm vui chung. Với nhiều người trong chúng ta, Đức Chúa Trời đã cho chúng ta một người bạn đời làm người bạn thân nhất trên đất này.

Dĩ nhiên, dù chỉ thoáng nghĩ đến chuyện này thôi cũng nhen nhóm trong chúng ta một nỗi đau trong lòng. Một số người trong chúng ta bị buộc phải thừa nhận rằng chúng ta không có một người bạn thật sự, người mà chúng ta có thể tìm đến khi gặp bất kỳ nan đề nào và biết rằng người ấy sẽ không quay lưng lại với chúng ta. Ai trong cuộc đời chúng ta cho chúng ta cảm giác an toàn khi ở bên cạnh - thật sự an toàn, an toàn đủ để chúng ta trút hết *mọi chuyện*?

Đây là lời hứa của Phúc Âm và là sứ điệp của cả Kinh thánh: *Trong Chúa Giê-xu Christ, chúng ta được ban một người bạn luôn luôn vui thích thay vì khước từ sự hiện diện của chúng ta.* Đây là tình bạn mà mối giao thân không lệ thuộc vào chuyện hiện tại chúng ta tinh sạch hay ô uế, hấp dẫn hay ghê tởm, trung thành hay thay đổi. Sự thân thiết của Ngài đối với chúng ta ổn định và vững bền chẳng khác nào lời tuyên bố về sự xưng công bình của Ngài đối với chúng ta vậy.

Chẳng phải hầu hết chúng ta đều không chịu thừa nhận rằng ngay cả với những người bạn thân nhất, chúng ta cũng không cảm thấy hoàn toàn thoải mái tiết lộ mọi điều về cuộc sống của mình sao? Chúng ta thích họ, và thậm chí yêu thương họ, đi nghỉ dưỡng với họ, khen ngợi họ trước mặt người khác - nhưng, tận sâu trong lòng, chúng ta không thật sự tin tưởng họ để thổ lộ tất cả về mình. Ngay cả trong nhiều cuộc hôn nhân của chúng ta, chúng ta cũng là bạn bè, nhưng chúng ta không trần truồng về mặt tâm hồn như chúng ta trần truồng với nhau về thể xác.

Nếu bạn có một người bạn ở ngay tiêu điểm của vòng tròn mối quan hệ, người mà bạn biết sẽ không bao giờ nhướng mày khi bạn chia sẻ ngay cả những điều xấu xa nhất trong bạn, thì sao? Tình bạn của con người chúng ta với nhau đều giới hạn ở mức người ta có thể chịu đựng được. Nếu bạn có một người bạn không hề có giới hạn thì sao? Không có mức trần đối với sức chịu đựng của người ấy và người ấy luôn muốn ở bên bạn thì sao? Sibbes viết "Mọi loại và mọi mức độ của tình bằng hữu đều có trong Đấng Christ".[2]

Hãy xem phần mô tả về Đấng Christ phục sinh trong Khải Huyền 3. Ngài nói (với một nhóm Cơ Đốc nhân là những người "cùng khổ, đáng thương, nghèo ngặt, đui mù và loã lồ", câu 17) rằng: "Nầy, Ta đứng ngoài cửa mà gõ; nếu ai nghe tiếng Ta mà mở cửa cho" - thì Đấng Christ sẽ làm gì? - "thì Ta sẽ vào cùng người ấy, ăn bữa tối với người và người với Ta" (câu 20). Chúa Giê-xu muốn đến với bạn – một người cùng khổ, đáng thương, nghèo ngặt, đui mù, loã lồ - để cùng vui vẻ dùng bữa với bạn. Để dành thời gian cho bạn. Để làm cho mối quan hệ thêm sâu sắc. Với một người bạn tốt, bạn không cần phải lấp vào tất cả những khoảng lặng bằng lời nói. Bạn có thể chỉ cần ân cần có mặt bên nhau, yên lặng vui hưởng sự hiện diện của nhau. Goodwin viết: "Đồng cảm với nhau là trái tim của mọi tình bạn chân thật và cuộc chuyện trò thân tình với bạn bè chứa đựng hương vị ngọt ngào nhất".[3]

Ở đây chúng ta không nên "thuần hoá" Chúa Giê-xu quá mức. Ngài không chỉ là người bạn. Trong vài chương đầu của Khải Huyền, chúng ta thấy hình ảnh Đấng Christ choáng ngợp đối với Giăng đến nỗi ông sấp mình xuống, bất động (1:12–16). Nhưng chúng ta cũng không nên làm giảm đi "tính cách người" của Ngài, làm giảm mong muốn hoàn toàn ở trong mối liên hệ với con người, thể hiện rõ ràng qua những lời phán từ miệng của chính Đấng Christ phục sinh. Ngài không chờ bạn khuấy động tấm lòng Ngài, Ngài đã đứng ở cửa rồi, Ngài đang gõ cửa và chờ được vào với bạn. Việc của chúng ta là gì? Sibbes nói: "Nhiệm vụ của chúng ta là chấp nhận lời mời gọi của Đấng Christ dành cho chúng ta. Chúng ta sẽ làm gì cho Ngài, nếu không dự tiệc cùng Ngài?"[4]

[2]Richard Sibbes, *Bowels Opened, Or, A Discovery of the Near and Dear Love, Union, and Communion Between Christ and the Church*, trong *The Works of Richard Sibbes*, ed. A. B. Grosart, 7 vols. (repr., Edinburgh: Banner of Truth, 1983), 2:36.

[3]Thomas Goodwin, *Of Gospel Holiness in the Heart and Life*, trong *The Works of Thomas Goodwin*, 12 vols. (repr., Grand Rapids, MI: Reformation Heritage, 2006), 7:197.

[4]Sibbes, *Bowels Opened*, 2:34.

Nhưng một người bạn thật không chỉ đeo đuổi bạn, mà còn để cho bạn đeo đuổi người ấy, người ấy trút đổ hết với bạn mà không giấu diếm điều gì. Có bao giờ bạn chú ý điểm đặc biệt Chúa Giê-xu muốn nói khi Ngài gọi các môn đồ là "bạn" trong Giăng 15 không? Khi sắp lên thập tự giá, Chúa Giê-xu nói với họ "Ta không còn gọi các con là đầy tớ nữa, vì đầy tớ không biết điều chủ làm. Nhưng Ta gọi các con là bạn hữu, vì Ta đã bày tỏ cho các con biết tất cả những gì Ta đã nghe nơi Cha Ta" (Giăng 15:15).

Bạn của Chúa Giê-xu là những người Ngài cởi mở chia sẻ hết những ý định sâu kín nhất của Ngài. Chúa Giê-xu nói Ngài không chuyển qua cho các môn đồ một vài điều Cha đã nói với Ngài; mà Ngài nói cho họ tất cả. Ngài không giữ lại điều gì cả. Ngài nói cho họ biết hết. Những người bạn của Chúa Giê-xu được hoan nghênh khi đến với Ngài. Jonathan Edwards đã giảng:

> Qua Đấng Christ, Đức Chúa Trời để cho những tạo vật nhỏ bé và nghèo nàn như bạn đến với Ngài, yêu mến mối tâm giao với Ngài và duy trì sự truyền thông yêu thương với Ngài. Bạn có thể đến với Đức Chúa Trời để nói với Ngài bạn yêu mến Ngài nhường nào và mở lòng ra thì Ngài sẽ tiếp nhận tấm lòng ấy... Ngài từ trời đến thế gian và cố tình mang lấy bản chất con người để có thể ở gần bên bạn và có thể trở thành bạn đồng hành của bạn, có thể nói như vậy.[5]

Bạn đồng hành là một từ ngữ khác chỉ bạn bè, nhưng nó bao hàm ý nghĩa một người cùng đi với bạn trên hành trình. Khi chúng ta thực hiện cuộc hành hương băng qua hoang mạc rộng lớn của thế gian, chúng ta có một người bạn trung thành và bất biến.

Điều tôi muốn nói trong chương này là tấm lòng của Đấng Christ không chỉ chữa lành cảm giác bị khước từ bằng cái ôm của Ngài, không

---

[5]Jonathan Edwards, "The Spirit of the True Saints Is a Spirit of Divine Love", trong *The Glory and Honor of God: Volume 2 of the Previously Unpublished Sermons of Jonathan Edwards*, ed. Michael McMullen (Nashville, TN: Broadman, 2004), 339. Edward: "Không có người nào trên đời này yêu mến Cơ Đốc nhân như Đấng Christ. Ngài là bạn của chúng ta và là người bạn gần gũi nhất." *The Works of Jonathan Edwards*, vol. 10, Sermons and Discourses 1720–1723, ed. Wilson H. Kimnach (New Haven, CT: Yale University Press, 1992), 158. Ở một trong những bài giảng nổi tiếng của ông, "The Excellency of Christ", Edwards có nhắc đến Đấng Christ là bạn của chúng ta hơn ba mươi lần. *The Works of Jonathan Edwards*, vol. 19, *Sermons and Discourses* 1734–1738, ed. M. X. Lesser (New Haven, CT: Yale University Press, 2001), 21.

chỉ sửa sai ý nghĩ Ngài quá hà khắc bằng cách nhìn biết đức nhu mì của Ngài, không chỉ biến mặc định của chúng ta về sự xa lánh của Ngài thành nhận thức về sự cảm thông của Ngài, mà còn chữa lành nỗi cô đơn của chúng ta hoàn toàn bằng sự đồng hành của Ngài.

Trong quyển 2 của tác phẩm *Works* của mình, Richard Sibbes suy ngẫm ý nghĩa của việc Chúa Giê-xu là bạn của chúng ta. Điểm đặc biệt nổi bật là chủ đề chung khi ông rút ra nhiều phương diện trong tình bạn của Đấng Christ với dân sự Ngài. Chủ đề chung đó là sự qua lại, tương hỗ. Nói cách khác, tình bạn là mối quan hệ hai chiều của niềm vui, sự an ủi và sự cởi mở, mối quan hệ đồng trang lứa, khác biệt với mối quan hệ một chiều, chẳng hạn mối quan hệ giữa vua và thần dân hay giữa cha mẹ và con cái. Chắc chắn, Đấng Christ thật là Đấng cai trị chúng ta, là bậc thẩm quyền của chúng ta, Đấng mà tất cả chúng ta phải cung kính trung thành và vâng lời. Sibbes nhắc chúng ta về điều đó cách rõ ràng khi ông suy ngẫm về tình bạn của Đấng Chist ("Vì Ngài là bạn của chúng ta, nên Ngài cũng là vua của chúng ta"[6]). Nhưng đồng thời và có lẽ ít rõ ràng đối với chúng ta hay ít nằm trong tiềm thức của chúng ta đó là sự hạ mình của Đức Chúa Trời trong thân vị Con Ngài có nghĩa là Ngài đến với chúng ta bằng ngôn ngữ của chúng ta và làm bạn với chúng ta vì cả Ngài lẫn chúng ta đều vui thích tình bạn ấy.

Hãy xem cách Sibbes nói về tình bạn của Đấng Christ với chúng ta:

> Trong tình bạn đó, có sự ưng thuận hai chiều, sự kết hợp giữa phán xét và yêu thương. Có sự thấu cảm về điều tốt và điều xấu của nhau...
>
> Có sự tự do, vốn là sinh khí của tình bạn; có sự tự do trao đổi giữa bạn bè, tự do bày tỏ những bí mật. Vì vậy, ở đây Đấng Christ cởi mở chia sẻ bí mật của Ngài với chúng ta và chúng ta chia sẻ với Ngài...
>
> Trong tình bạn đó, có sự an ủi và vỗ về lẫn nhau. Đấng Christ vui mừng trong tình yêu của Ngài dành cho hội thánh và hội thánh vui mừng trong tình yêu dành cho Đấng Christ...
>
> Trong tình bạn đó, có sự tôn vinh và tôn trọng tương hỗ.[7]

Bạn có thấy sợi dây chung không? Chú ý từ "tương hỗ" hoặc "lẫn nhau" trong nhiều phương diện khác nhau này của tình bạn với Đấng Christ. Ý ở đây là Ngài ở với chúng ta, mỗi một chúng ta, cùng san sẻ

---

[6]Sibbes, *Bowels Opened*, 2:37.

[7]Sibbes, *Bowels Opened*, 2:37.

cuộc sống và trải nghiệm với chúng ta. Tình yêu và sự an ủi mà bạn bè thường vui hưởng ở nhau cũng được vui hưởng trong tình bạn giữa Đấng Christ với chúng ta. Tóm lại, Ngài liên hệ với chúng ta như một con người. Chúa Giê-xu không phải là ý niệm trừu tượng về tình bạn, Ngài là một người bạn thật sự.

Thật tàn nhẫn nếu cho rằng tình bạn giữa con người với nhau sẽ không còn phù hợp một khi đã làm bạn với Đấng Christ. Đức Chúa Trời tạo dựng chúng ta để có mối thông công, để có sự hiệp nhất của tấm lòng với những người khác. Mọi người đều cô đơn - kể cả những người sống nội tâm.

Nhưng lòng của Đấng Christ dành cho chúng ta đồng nghĩa với việc Ngài sẽ người bạn không bao giờ làm chúng ta thất vọng cho dù chúng ta có vui hưởng tình bạn trên đất hay không. Ngài đem đến cho chúng ta tình bạn ẩn dưới nỗi đau của sự cô đơn. Mặc dù nỗi đau không tan biến, nhưng vẫn có thể chịu đựng được nhờ tình bạn sâu sắc hơn nhiều của Chúa Giê-xu. Ngài đi với chúng ta từng giây phút. Ngài biết nỗi đau của việc bị bạn bè phản bội, nhưng Ngài sẽ không bao giờ phản bội chúng ta. Thậm chí Ngài sẽ không tiếp đón chúng ta *cách nhạt nhẽo*. Đó không phải bản chất của Ngài. Đó không phải tấm lòng của Ngài.

> Tình bằng hữu của Ngài thật ngọt ngào, nên nó không thay đổi trong mọi hoàn cảnh... Nếu những người bạn khác làm ta thất vọng, như thường thấy, thì người bạn này sẽ không bao giờ làm ta thất vọng. Nếu chúng ta không hổ thẹn về Ngài, thì Ngài sẽ không bao giờ hổ thẹn về chúng ta. Cuộc đời chúng ta được an ủi biết bao nếu chúng ta có thể nhận được sự an ủi mà từ *bạn* đem đến! Đó là một tình bạn thoải mái, kết quả và vĩnh cửu.[8]

---

[8]Sibbes, *Bowels Opened*, 2:37. Goodwin có một bài nghiên cứu phong phú về tình bạn của Chúa nhưng chỉ ở mức độ làm bạn với Đức Chúa Trời, không nói cụ thể là với Đấng Christ, vì vậy trong chương này tôi bỏ qua. *Gospel Holiness*, trong *Works*, 7:186–213, esp. 7:190–97; cf 7:240.

Chương 13

Sao Lại Là Thánh Linh?

Ta sẽ cầu xin Cha, Ngài sẽ ban cho các con một Đấng An ủi khác.
Giăng 14:16

Đây là quyển sách nói về Đấng Christ, về Con, về ngôi Hai của Ba Ngôi. Nhưng chúng ta phải cẩn thận đừng tạo ấn tượng rằng điều chúng ta thấy trong Đấng Christ lạc điệu với Thánh Linh và với Cha. Thay vào đó, Con "hiện ra trong xác thịt, chỉ bày tỏ và nói ra những gì có trong lòng của cả ba ngôi mà thôi".[1]

Vậy thì, chúng ta sẽ dành cho mỗi thân vị một chương, tìm hiểu Kinh thánh dạy tấm lòng của Đấng Christ liên hệ thế nào với Thánh Linh và với Cha. Trong chương này chúng ta sẽ tìm hiểu Thánh Linh, còn Cha trong chương tiếp theo.

Vai trò của Đức Thánh Linh là gì? Ngài thật sự làm những gì? Kinh thánh đưa ra nhiều câu trả lời hợp lý khác nhau. Thánh Linh:

Tái tạo chúng ta (Giăng 3:6–7)

Cáo trách chúng ta (Giăng 16:8)

Ban ân tứ cho chúng ta (1 Cô 12:4–7)

Làm chứng trong lòng chúng ta rằng chúng ta là con cái Đức Chúa Trời (Ga 4:6)

Dẫn dắt chúng ta (Ga 5:18, 25)

Làm cho chúng ta sinh bông trái (Ga 5:22–23)

Ban và nuôi dưỡng trong chúng ta sự sống phục sinh (Rô 8:11)

---

[1]Thomas Goodwin, *A Discourse of Election*, trong *The Works of Thomas* Goodwin, 12 vols. (repr., Grand Rapids, MI: Reformation Heritage, 2006), 9:148.

Ban năng lực để chúng ta diệt trừ tội lỗi (Rô 8:13)

Cầu thay cho chúng ta khi chúng ta không biết cầu xin điều gì (Rô 8:26–27)

Dẫn chúng ta vào lẽ thật (Giăng 16:13)

Biến đổi chúng ta theo hình ảnh Đấng Christ (2 Cô 3:18)

Tất cả những điều này đều rất đúng. Trong chương này, tôi chỉ muốn thêm vào danh sách này một điều: *Thánh Linh giúp chúng ta thật sự cảm nhận được tấm lòng của Đấng Christ dành cho mình.*

Điều này trùng một chút với vài công việc của Thánh linh được liệt kê ở trên. Nhưng sẽ hữu ích khi nói rõ Đức Thánh Linh kết nối thế nào với tấm lòng của Chúa Giê-xu. Và điều tôi đưa ra trong chương này, cũng với sự giúp đỡ của Thomas Goodwin, là Thánh Linh làm cho lòng của Đấng Christ trở nên rất thật đối với chúng ta: không chỉ nghe, mà còn thấy, không chỉ thấy, mà còn cảm nhận; không chỉ cảm nhận, mà còn tận hưởng. Thánh Linh lấy điều chúng ta đọc trong Kinh thánh và tin trên lý thuyết về tấm lòng của Chúa Giê-xu, rồi chuyển từ lý thuyết sang thực tế, từ giáo lý sang kinh nghiệm.

Một đứa trẻ nghe nói cha yêu thương mình là một chuyện. Bạn tin cha. Bạn tin lời cha nói. Nhưng được chìm ngập trong sự ôm ấp của cha, cảm nhận được sự ấm áp, nghe được nhịp tim đập trong lồng ngực cha, nếm biết vòng tay bảo vệ ôm chặt của cha là một việc khác, thực tế hơn mà không thể diễn tả bằng lời. Nghe nói cha yêu bạn là một việc; cảm nhận được tình yêu của cha là một việc khác. Đây là công tác đầy vinh quang của Thánh Linh.

***

Trong Giăng 14–16, Chúa Giê-xu giải thích công tác của Thánh Linh là công tác mở rộng công việc của chính Chúa Giê-xu. Chúa Giê-xu nói rằng thời điểm Ngài ra đi và Thánh Linh đến là phước hạnh hơn cho dân sự. Chú ý cẩn thận mạch tư tưởng trong Giăng 16 khi Chúa Giê-xu nói điều này:

> Nhưng bây giờ Ta sắp về với Đấng đã sai Ta đến và không ai trong các
> con hỏi Ta: "Thầy đi đâu?" Nhưng vì Ta đã nói những điều này cho các

con nên lòng các con đầy đau buồn. Dù vậy, Ta nói thật với các con: ta đi là ích lợi cho các con. Vì nếu Ta không đi thì Đấng An ủi sẽ không đến với các con. Nhưng nếu Ta đi, thì Ta sẽ sai Ngài đến. (Giăng 16:5–7)

Ích lợi khi Thánh Linh đến là gì? Cách hiểu tự nhiên là Ngài sẽ sửa lại những gì sai trật. Vậy điều gì sai trật? "Lòng các con đầy đau buồn" (Giăng 16:6). Dường như Thánh Linh đến sẽ làm điều ngược lại: lấp đầy niềm vui trong lòng. Thánh Linh thay nỗi buồn bằng niềm vui.

Các môn đồ buồn rầu vì Chúa Giê-xu sắp rời xa họ. Ngài đã làm bạn với họ, ôm họ vào lòng, vì vậy họ nghĩ rằng Chúa Giê-xu ra đi nghĩa là lòng của Ngài cũng ra đi - nhưng Thánh Linh là câu trả lời cho câu hỏi Chúa Giê-xu xa họ về phần xác nhưng lòng Ngài vẫn ở lại cùng họ bằng cách nào. Thánh Linh là sự tiếp tục tấm lòng của Christ dành cho dân sự sau khi Chúa Giê-xu về trời.

Suy ngẫm phân đoạn Giăng 16, Goodwin nhấn mạnh điều cốt lõi Chúa Giê-xu muốn nói với các môn đồ là: "Cha Ta và Ta chỉ có một người bạn, là Đấng ở trong lòng cả hai chúng ta và lưu xuất ra từ chúng ta, tức là Đức Thánh Linh và trong khi chờ đợi, Ta sẽ sai Ngài đến với các con... Ngài sẽ là Đấng an ủi tốt cho các con hơn Ta... Ngài sẽ an ủi các con tốt hơn cả Ta khi Ta còn ở trong thân xác này". Thánh Linh là Đấng an ủi tốt hơn cho con dân Chúa trên phương diện nào? "Ngài sẽ nói cho các con biết, nếu các con lắng nghe Ngài và đừng làm Ngài buồn, không gì khác ngoài những câu chuyện kể về tình yêu của ta... Mọi lời Ngài nói trong lòng các con là để nâng Ta lên, để giương cao giá trị của Ta và tình yêu của Ta dành cho các con và làm những việc này là điều Ngài vui thích".[2] Rồi Goodwin cho thấy rõ mối liên kết với tấm lòng của Đấng Christ:

> Để các con hiểu được lòng ta như thể Ta vẫn đang ở cùng các con và Ngài sẽ không ngừng làm tan vỡ lòng các con, hoặc bằng tình yêu của Ta dành cho các con, hoặc bằng tình yêu của các con đối với Ta, hoặc cả hai... Khi ta về trời, Ngài sẽ nói giúp các con biết rằng có một mối liên kết thật giữa Ta và các con, có một sự trìu mến gần gũi thật sự của Ta đối với các con, cũng như giữa Cha với Ta, rằng không thể phá vỡ mối liên kết này, không thể cất bỏ tấm lòng Ta ra khỏi các con, cũng như cất bỏ tấm lòng Cha ra khỏi Ta vậy.[3]

---

[2]Thomas Goodwin, *The Heart of Christ* (Edinburgh: Banner of Truth, 2011), 18–19.
[3]Goodwin, *The Heart of Christ*, 19–20.

Bạn có bao giờ xem xét công việc đặc biệt này của Đức Thánh Linh chưa?

Hãy nhớ Đức Thánh Linh là một thân vị. Ví dụ, Ngài có thể đau buồn (Ê-sai 63:10; Êph 4:30). Sẽ như thế nào nếu chúng ta đối xử với Ngài như thế trong đời thực? Sẽ như thế nào khi trút đổ lòng mình để nhận được tình yêu của Đấng Christ mà chúng ta có thể cảm nhận Đức Thánh Linh đã thổi vào thành ngọn lửa ấm áp? Chúng ta nhớ rằng ở đây Thánh Linh sẽ không bao giờ thổi lửa tình yêu của Đấng Christ vượt hơn mức độ Đấng Christ thật sự yêu chúng ta; đó là điều bất khả thi. Thánh Linh chỉ giúp chúng ta hiểu tình yêu chân thành của Đấng Christ để ta đến gần hơn với bản chất thật sự của tình yêu đó. Sẽ không ai lo lắng chiếc ống nhòm sẽ làm cho quả bóng chày trông to hơn bản chất thật sự của nó khi ngồi ở tầng trên; ống nhòm chỉ làm cho người chơi có vẻ gần hơn so với kích thước thật của họ.

Chúa Giê-xu nói rằng Ngài "có lòng nhu mì và khiêm nhường" (Mat 11:29). Đây là một câu nói hay, ngay cả khi không có Thánh Linh, ta cũng có thể tôn trọng và thậm chí kinh ngạc về điều này. Nhưng Thánh Linh tiếp nhận những lời của Đấng Christ, rồi biến chúng thành một phần bên trong chúng ta ở mức độ từng cá nhân. Thánh Linh làm cho công thức biến thành mùi vị ngon thật sự. Đó là điều Goodwin muốn nói. Trong suốt giai đoạn Chúa Giê-xu thăng thiên, tất cả những gì chúng ta nghe và thấy về tấm lòng nhân từ của Chúa Giê-xu trong cuộc sống trên đất đều sẽ đi vào ý thức của dân Ngài như một thực tại của kinh nghiệm. Khi Phao-lô nói về cá nhân mình trong sách Ga-la-ti và viết "Con Đức Chúa Trời, Đấng yêu *tôi* và phó chính mình vì *tôi*" (Ga 2:20), ông đang muốn nói điều mà không ai có thể nói nếu không có Thánh Linh.

Ở một chỗ khác, đây là lý do Phao-lô nói rằng "nhưng chúng ta không nhận lấy linh của thế gian, mà là Thánh Linh từ Đức Chúa Trời, để có thể hiểu được những ân tứ Đức Chúa Trời ban cho chúng ta" (1 Cô 2:12). Theo bản văn này, để hiểu rõ vai trò của Đức Thánh Linh chúng ta phải nhớ rằng từ ngữ Hy Lạp *hiểu* (*oida*) không nên chỉ giới hạn trong nghĩa hiểu về lý trí. Động từ này chỉ có nghĩa là "biết" và như thường thấy trong ngôn ngữ Kinh thánh về nhận thức luận, *biết* ở đây là điều gì đó toàn diện - không chỉ là hiểu về lý trí mà còn hơn thế nữa. Đó là sự nhận biết trong trải nghiệm, như cách bạn biết mặt trời ấm áp khi đứng ngước mặt lên trời vào một ngày tháng Sáu quang đãng. Phao-lô đang nói rằng Thánh Linh được ban cho chúng ta để chúng ta có thể hiểu thật sâu xa ân điển vô hạn trong tấm lòng của Đức Chúa Trời. "Được ban cho cách rộng rãi" (theo bản Anh ngữ) trong bản văn này chỉ là hình thức động từ của từ ngữ Hy Lạp chỉ về "ân điển" (*charis*). Thánh Linh không yêu mến điều gì hơn việc đánh thức, làm dịu và xoa dịu chúng ta bằng trải nghiệm trong lòng về điều chúng ta được ban cho.

Tóm lại, vai trò của Thánh Linh là làm cho hiểu biết theo kiểu bưu thiếp của chúng ta về tấm của Đấng Christ trở thành trải nghiệm theo kiểu ngồi bên bờ biển, trên chiếc ghế tựa giữa bãi cỏ, với thức uống trong tay, tận hưởng kinh nghiệm thực tế. Thánh Linh thực hiện điều này một cách dứt khoát, một lần đủ cả, vào thời điểm tái sinh. Rồi Ngài thực hiện cả chục ngàn lần sau đó khi chúng ta, bởi tội lỗi, sự rồ dại hay chán nản, tiếp tục lạc trôi ra khỏi kinh nghiệm mà lòng ta có thể cảm nhận được về tình yêu của Ngài.

Chương 14

Cha Nhân Từ

...Là Cha nhân từ và Đức Chúa Trời của mọi niềm an ủi.
2 Cô-rinh-tô 1:3

"Điều đến trong tâm trí ta khi ta nghĩ về Đức Chúa Trời là điều quan trọng nhất về chúng ta." A. W. Tozer bắt đầu quyển sách *The Knowledge of the Holy* bằng câu như thế.[1] Cách để chúng ta hiểu mục đích của nghiên cứu về tấm lòng Đấng Christ này là cố gắng làm cho hình ảnh về bản chất của Đức Chúa Trời trong tâm trí chúng ta được chính xác hơn. Tôi đang cố gắng giúp chúng ta bỏ lại đằng sau những trực giác của con người tự nhiên, sa ngã cho rằng Đức Chúa Trời xa cách và bủn xỉn để bước vào nhận thức mang lại sự giải phóng rằng Ngài có lòng nhu mì và khiêm nhường.

Nhưng nghiên cứu của chúng ta tập trung vào Con Đức Chúa Trời. Còn Cha thì sao? Tiếp tục câu phát biểu của Tozer, chúng ta có nên hình dung Con nhu mì và khiêm nhường, còn Cha thì khác không? Chương này sẽ trả lời câu hỏi đó.

Thần học chuộc tội của Tin Lành dòng chính, kinh điển luôn hiểu rằng sự công bằng của Đức Chúa Trời được chứng minh và cơn thịnh nộ của Ngài được thoả mãn qua công việc của Con. Đấng Christ không sống, chết, rồi sống lại từ kẻ chết chỉ để làm một tấm gương đạo đức hay chủ yếu để là một chiến thắng trước Sa-tan hoặc như là cách chính

---

[1]A. W. Tozer, *The Knowledge of the Holy* (New York: HarperCollins, 1961), 1.

yếu thể hiện tình yêu của Ngài. Công việc, và nhất là sự chết và sống lại, của Con thoả đáp cơn thịnh nộ công bình của Cha trước mức độ kinh khiếp của sự chống nghịch của con người đối với Ngài. Cơn thịnh nộ của Ngài được nguôi đi - được làm dịu.

Điều này không có nghĩa là thái độ của Cha đối với những người thuộc về Ngài khác với thái độ của Con. Một nhận thức phổ biến giữa vòng Cơ Đốc nhân ấy là ở mức độ nào đó, Cha không yêu thương và tha thứ như Con.

Đây không phải là điều Kinh thánh dạy.

Vậy thì chúng ta hiểu thế nào về việc cơn thịnh nộ của Cha cần được thoả mãn, còn Con là người thực hiện công tác cần thiết để đem lại sự thoả mãn đó? Chắc chắn, điều này nói lên một thái độ khác nhau giữa Cha và Con đối với chúng ta.

Điều then chốt là phải hiểu rằng ở phương diện tha tội về pháp lý, cơn thịnh nộ của Cha phải được làm dịu để tội nhân được quay về trong ân huệ của Ngài, nhưng ở mức độ ao ước và tình cảm bên trong của chính Ngài, thì Ngài cũng háo hức mong công việc chuộc tội được thực hiện y như Con vậy. Nói một cách khách quan, Cha là Đấng cần được xoa dịu; nói theo cách chủ quan, lòng Ngài là một với Con. Chúng ta sẽ sai khi rút ra kết luận Ngài là ai *một cách chủ quan* dựa trên những việc cần được xảy ra *cách khách quan*. Người Thanh giáo thường nói từ trước vô cùng, Cha và Con cả hai đều đồng ý cứu chuộc một dân tội lỗi. Các nhà thần học gọi đây là *pactum salutis*, "giao ước cứu chuộc", chỉ về điều Đức Chúa Trời Ba Ngôi đồng ý thực hiện từ trước khi tạo lập thế giới. Cha không cần phải được thuyết phục hơn Con. Ngược lại, việc Ngài định phương cách cứu chuộc phản chiếu tấm lòng yêu thương mà hành động thực hiện sự cứu chuộc của Con cũng phản chiếu.[2]

---

[2]Ví dụ, xem suy đoán cảm động của Flavel về "cuộc trò chuyện" để cứu tội nhân giữa Cha và Con trong tác phẩm *The Works of John Flavel*, 6 vols. (Edinburgh: Banner of Truth, 1968), 1:61. Tôi biết ơn ba tôi, ông Ray Ortlund, vì đã khiến tôi chú ý đến đoạn này trong tác phẩm của Flavel. Xem thêm tác phẩm của Goodwin *Man's Restoration by Grace*, một quyển sách ngắn phác thảo các vai trò riêng biệt của Ba Ngôi trong, nhưng cùng đồng thuận về, công tác cứu chuộc. Thomas Goodwin, *The Works of Thomas Goodwin*, 12 vols. (repr., Grand Rapids, MI: Reformation Heritage, 2006), 7:519–41.

Trong các chương sau, chúng ta sẽ thấy Cựu Ước nói về Đức Chúa Trời theo những cách phù hợp với lời tuyên bố của Chúa Giê-xu trong Tân Ước rằng Ngài "có lòng nhu mì và khiêm nhường". Còn bây giờ, chúng ta xem xét Tân Ước nói gì về Cha. Chúng ta sẽ chọn 2 Cô-rinh-tô 1:3 làm bản văn chính. Đây là câu sứ đồ Phao-lô bắt đầu phần thân của bức thư với những lời nói về sự thờ phượng như sau:

Chúc tạ Đức Chúa Trời, Cha của Chúa chúng ta là Đức Chúa Giê-xu Christ, là Cha nhân từ và Đức Chúa Trời của mọi niềm an ủi.

———

"Cha nhân từ". Mở đầu thư Cô-rinh-tô thứ nhì, Phao-lô cho chúng ta một cánh cửa sổ để nhìn vào điều có trong tâm trí *ông* khi ông nghĩ về Đức Chúa Trời.

Phải, Cha ngay thẳng và công bình, kiên định, bất diệt. Nếu không có một giáo lý như thế, một sự cam đoan như thế, thì chúng ta chẳng có hy vọng rằng một ngày nào đó mọi điều sai trật sẽ được sửa lại cho đúng. Nhưng tấm lòng của Ngài thì sao? Điều gì tuôn đổ từ nơi sâu thẳm nhất của Ngài? Ngài sản sinh ra điều gì? Sự nhân từ.

Ngài là Cha nhân từ. Như cha sinh ra con, rồi con phản chiếu bản chất của cha thể nào, thì Cha thiên thượng cũng sản sinh sự nhân từ phản chiếu Ngài thể ấy. Có một sự tương đồng cha nào con nấy giữa Cha và lòng nhân từ. Ngài là "Cha nhân từ còn hơn cả Sa-tan là cha của sự dối trá"[3].

Từ ngữ "nhân từ" (*oikteirmon*) chỉ xuất hiện năm lần trong Tân Ước. Một trong những lần này là Gia-cơ 5:11, trong đó từ này được đặt trong cấu trúc song đối đồng nghĩa với lòng thương xót thiên thượng: "anh em đã nghe nói về sự kiên định của Gióp và thấy được mục đích của Chúa; vì Chúa đầy lòng thương xót (*polusplanchnos*) và nhân từ (*oikteirmon*)". Chúng ta lưu ý trong chương 11 rằng từ chỉ lòng thương xót sâu sắc của Chúa Giê-xu là *splanchizo* và bạn có thể thấy cùng gốc từ này trong từ được dịch ở Gia-cơ 5:1 là "động lòng thương xót". Dẫu vậy, ở đây, từ ngữ này còn phong phú hơn, với tiền tố (*polu-*) nghĩa

———

[3]Goodwin, *Works*, 2:179.

là "nhiều" hay "lớn". Theo Gia-cơ 5:11, Chúa "động lòng thương xót nhiều". Và việc Chúa thương xót nhiều hay rất động lòng thương xót đồng nghĩa với việc nói rằng Ngài nhân từ.

Nói Đức Chúa Cha là "Cha nhân từ" là nói rằng lòng nhân từ thương xót của Ngài dành cho dân sự đang lang thang, sa ngã, hỗn độn, lạc lối và cần đến Ngài càng nhân lên gấp bội. Khi nói đến tình yêu của Đấng Christ dành cho dân Ngài, Goodwin đi liền một mạch từ việc nói đến tấm lòng của Con sang nói đến tấm lòng của Cha.

> Tình yêu của Ngài không phải là tình yêu bị ép buộc, Ngài không cố gắng chịu đựng chúng ta bởi vì Cha Ngài bảo Ngài phải làm chàng rể của chúng ta, mà yêu thương là bản chất của Ngài, là tâm tính của Ngài... Tâm tính yêu thương này mang tính tự nguyện và tự nhiên đối với Ngài, nếu không thì Ngài đã chẳng là Con Đức Chúa Trời, cũng chẳng màng đến Cha trên trời của mình làm gì. Cha Ngài là Đấng từ bản chất đã luôn bày tỏ lòng nhân từ chứ không phải trừng phạt. Trừng phạt là công việc lạ lùng Ngài phải làm, còn thương xót thì khiến Ngài vui lòng; Ngài là "Cha của mọi sự thương xót", thế nên Ngài sản sinh ra sự thương xót cách tự nhiên như hơi thở.[4]

Trong chương tiếp theo, chúng ta sẽ quay lại xem xét ý chúng ta muốn nói khi cho rằng thương xót là việc làm "tự nhiên" của Đức Chúa Trời và đoán phạt là việc làm "lạ lùng" của Ngài. Còn bây giờ, hãy chú ý cách Goodwin giúp chúng ta thấy rằng tên gọi "Cha nhân từ" là cách Kinh thánh dẫn chúng ta vào nơi sâu kín nhất trong bản chất của Đức Chúa Cha. Hiểu biết đúng đắn về Đức Chúa Trời Ba Ngôi không phải là cách hiểu bản chất cốt lõi của Cha là đoán phạt, còn bản chất cốt lõi của Con là yêu thương không phải là cách hiểu đúng đắn về Đức Chúa Trời Ba Ngôi. Tấm lòng của cả Cha và Con đều là một, đều giống nhau. Trên hết, đây là cùng một Đức Chúa Trời chứ không phải là hai. LTấm lòng Ngài là tấm lòng yêu thương cứu chuộc, không phải thoả hiệp giữa công bằng và thịnh nộ mà là làm thoả mãn đòi hỏi công bình và thịnh nộ.

Ở một chỗ khác, Goodwin suy ngẫm về sự thương xót của Đức Chúa Cha. Đó là sự suy ngẫm đúng đắn 2 Cô 1:3.

> Đức Chúa Trời đầy lòng nhân từ. Lòng chúng ta và ma quỷ là cha của mọi tội lỗi thế nào, thì Đức Chúa Trời là Cha của mọi sự nhân từ thể ấy.

---

[4]Thomas Goodwin, *The Heart of Christ* (Edinburgh: Banner of Truth, 2011), 60.

Không có tội lỗi hay đau khổ, nhưng Đức Chúa Trời lại có lòng nhân từ. Ngài đầy lòng nhân từ.

Loài thọ tạo phải chịu nhiều nỗi đau khổ thể nào, thì Ngài cũng có trong chính mình một cửa hàng, một kho báu cơ man những sự nhân từ thể ấy, được chia thành nhiều lời hứa trong Kinh thánh và chúng là vô số những hộp đựng châu báu, những cái rương đựng đủ loại thương xót khác nhau.

Nếu lòng bạn cứng cỏi, Ngài có lòng nhân từ mềm mại.

Nếu lòng bạn đã chết, Ngài thương xót làm cho nó sống lại.

Nếu bạn đau ốm, Ngài thương xót chữa lành.

Nếu bạn tội lỗi, Ngài thương xót thánh hoá và thanh tẩy bạn.

Vì nhu cầu của chúng ta thì nhiều và đa dạng, nên sự nhân từ, thương xót của Ngài cũng bao la và đa dạng. Vì vậy, chúng ta có thể dạn dĩ đến để tìm kiếm ân điển và sự thương xót hầu giúp chúng ta khi có cần, sự thương xót cho mọi nhu cầu. Mọi sự nhân từ trong tấm lòng của Ngài đều được Ngài trồng vào nhiều luống rau trong khu vườn lời hứa, nơi chúng lớn lên và Ngài càng dư dật thêm, thích hợp cho mọi loại bệnh tật của linh hồn.[5]

Khi nghĩ về Đức Chúa Trời, điều gì nên xuất hiện trong tâm trí chúng ta? Đức Chúa Trời Ba Ngôi là ba trong một, là nguồn của sự thương xót vô tận mở rộng, đáp ứng và cung ứng cho chúng ta trong tất cả mọi nhu cầu, mọi thất bại và mọi sự vơ vẩn lang thang của chúng ta. Đây là bản chất của Ngài, Cha không thua kém Con, Con không thua kém Cha.

Ngoài những điều chúng ta nhận biết bất kỳ lúc nào, thì sự chăm sóc dịu dàng của Cha còn bao phủ chúng ta bằng sự dịu dàng bền bỉ, ngọt ngào cai trị trên mọi chi tiết cuối cùng của cuộc đời chúng ta. Trong quyền tể trị tối cao, Ngài định độ rung cụ thể để chiếc lá trên cây rơi xuống và truyền lệnh cho cả ngọn gió thổi nó rơi xuống (Mat

---

[5]Goodwin, *Works*, 2:187–88. Đối chiếu Goodwin, *Works*, 2:180, cũng trích dẫn 2 Cô 1:3: "Ngài là nguồn của mọi sự thương xót, vì vậy đó là điều tự nhiên đối với Ngài, cũng như đó là điều tự nhiên khi cha sanh ra con."

10:29–31) và với uy quyền tối cao Ngài cũng ra lệnh cho quả bom mà kẻ ác quan tâm châm ngòi nổ (A-mốt 3:6; Lu 13:1–5). Nhưng xuyên suốt, ẩn dưới và cấp nhiên liệu cho tất cả những thứ quét qua cuộc đời chúng ta, dù lớn dù nhỏ, là tấm lòng của một người Cha.

Đức Chúa Cha là ai? Là: Cha chúng ta. Trong chúng ta, có người có được người cha thật tuyệt vời thời thơ ấu. Một số khác thì bị cha ngược đãi thậm tệ hoặc bị bỏ rơi. Cho dù chúng ta ở trường hợp nào, thì điểm tốt của những cha trên đất là dấu chỉ mờ nhạt về lòng tốt thật sự của Cha chúng ta trên trời và điểm xấu của họ là hình ảnh tiêu cực về người Cha trên trời của chúng ta. Ngài là Cha mà mỗi người cha trên đất làm hình bóng (Êph 3:15).

Trong Giăng 14, Phi-líp xin Chúa Giê-xu chỉ Cha cho các môn đồ (Giăng 14:8). Chúa Giê-xu trả lời: "Phi-líp ơi, Ta đã ở với các con lâu rồi, mà các con còn chưa biết Ta! Ai đã thấy Ta tức là đã thấy Cha. Tại sao các con lại nói 'xin chỉ Cha cho chúng con?' Có phải con không tin rằng Ta ở trong Cha và Cha ở trong Ta chăng?" (Giăng 14:9–10).

"Ai đã thấy Ta tức là đã thấy Cha."

Chỗ khác trong Tân Ước gọi Đấng Christ là "ánh sáng rực rỡ của vinh quang Đức Chúa Trời và là hình ảnh trung thực của bản thể Ngài" (Hê 1:3). Chúa Giê-xu là hiện thân của Đức Chúa Trời. Ngài là hình ảnh thu nhỏ thấy được của Đức Chúa Trời. Chúa Giê-xu là cách bày tỏ hữu hình về một Đức Chúa Trời vô hình (2 Cô 4:4,6). Qua Ngài, chúng ta thấy tấm lòng đời đời của Thiên Chúa bước đi bằng hai chân trong không gian và thời gian. Vậy thì, xuyên suốt bốn sách Phúc Âm, khi chúng ta nhìn thấy tấm lòng của Đấng Christ, ấy là chúng ta đang nhìn thấy chính lòng thương xót và sự dịu dàng sâu xa nhất trong bản chất Đức Chúa Trời.

Khi bạn suy nghĩ về tấm lòng của Cha dành cho bạn, hãy nhớ rằng Ngài là Cha nhân từ. Ngài không thận trọng khi đối xử dịu dàng với bạn. Ngài nhân lên lòng nhân từ để đáp ứng mọi nhu cầu của bạn và không có điều gì Ngài thích làm hơn điều này. Nhà thần học Thanh giáo John Flavel nói "Hãy nhớ rằng Đức Chúa Trời này, Đấng mà tất cả tạo vật đều trong tay Ngài, là Cha của bạn, Ngài dịu dàng với bạn hơn cả bạn dịu dàng, hay có thể dịu dàng, với chính mình".[6] Dù bạn có đối xử dịu dàng nhất với bản thân đi nữa cũng vẫn không dịu dàng bằng cách Cha trên trời đối xử với bạn. Sự dịu dàng của Ngài đối với bạn thậm chí vượt xa khả năng bạn đối xử với chính mình.

Tấm lòng của Đấng Christ nhu mì và khiêm nhường. Và đó là bức tranh hoàn hảo về Cha. "Chính Cha yêu thương các con" (Giăng 16:27).

---

[6]John Flavel, *Keeping the Heart: How to Maintain Your Love for God* (Fearn, Scotland: Christian Heritage, 2012), 57.

Chương 15

Việc "Tự Nhiên" Và Việc "Xa Lạ" Của Ngài

Vì trong thâm tâm Ngài không muốn.
Ca Thương 3:33

Tới đây, chúng ta quay sang Cựu Ước. Chúng ta đã xem xét tấm lòng của Đấng Christ và cả của Cha từ Tân Ước. Điều này khớp thế nào với Cựu Ước?

Sau khi đọc qua một vài đoạn trong Cựu Ước, chúng ta sẽ kết thúc phần nghiên cứu bằng cách quay lại với Tân Ước trong vài chương cuối cùng.

Điều tôi muốn giải thích trong chương này và ba chương tiếp theo là khi chúng ta thấy Đấng Christ phơi bày tâm tính sâu kín nhất của Ngài là nhu mì và khiêm nhường, là Ngài đang tiếp tục hướng đi tự nhiên mà Đức Chúa Trời đã tự bày tỏ trong suốt Cựu Ước. Chúa Giê-xu mang đến độ nét mới mẻ cho bức ảnh bản chất của Đức Chúa Trời, nhưng không hẳn là mang đến nội dung mới mẻ. Chính các sách Phúc Âm chỉ ra rằng các sách ấy hiểu rằng Cựu Ước chuẩn bị lòng để chúng ta đón nhận một Chúa Cứu Thế "khiêm nhường" (Mat 21:5, theo bản Anh ngữ).[1] Con nhập thể không ban cho chúng ta sự hiểu biết về Đức Chúa Trời theo một hướng mới. Ngài chỉ cung cấp điều Đức Chúa Trời đang cố gắng thuyết phục dân Ngài suốt nhiều thế kỷ bằng một thực

---

[1] Từ Hy Lạp này có nghĩa "khiêm nhường" trong Mat 21:5, trích dẫn lời tiên tri Xa-cha-ri 9:9 rằng "Vua ngươi đến với ngươi;...*khiêm tốn và cưỡi lừa*" cũng là từ (praus) được dùng trong Mat 11:29 khi Chúa Giê-xu gọi mình là "nhu mì".

tại bằng thịt và huyết vô tiền khoáng hậu. Như cách nói của Calvin: Cựu Ước là sự mặc khải không rõ nét của Đức Chúa Trời – đúng nhưng mờ nhạt. Tân Ước là thực chất.[2]

Một khởi điểm hay để chúng ta suy nghĩ về tấm lòng của Đức Chúa Trời trong Cựu Ước là Ca Thương đoạn 3.

Không sách nào trong Kinh thánh đáng chú ý trong việc kết hợp cảm xúc sâu sắc với tính phức tạp về mặt văn chương như sách Ca Thương. Trước giả (có lẽ là Giê-rê-mi) đang trút đổ nỗi lòng, than khóc về sự huỷ phá Giê-ru-sa-lem năm 587 T.C bởi người Ba-by-lôn và những nỗi kinh hoàng của đói kém, chết chóc và tuyệt vọng theo sau. Nhưng ông tuôn đổ nỗi lòng qua một chuỗi năm bài thơ được sắp xếp cách hoa mỹ, phản ánh sự thận trọng tột bực trong văn chương. Bạn có thể nhìn thấy điều này chỉ bằng cách nhìn vào thi luật trong bản Kinh thánh tiếng Anh. Dù nhiều thế kỷ sau khi Ca thương được viết ra thì số đoạn và câu mới được thêm vào, nhưng sự phân chia như vậy trong các bản Kinh thánh hiện đại phản chiếu sự phân chia rõ ràng của chính sách Ca Thương. Bạn sẽ thấy được điều đó qua năm đoạn, hai đoạn đầu và hai đoạn cuối, mỗi đoạn đều có hai mươi hai câu. Đoạn giữa, tức đoạn 3, có số câu nhiều gấp ba lần - sáu mươi sáu câu. Mỗi đoạn tự thân nó là một lời than thở được sắp đặt cẩn thận.

Với cấu trúc bao quát của sách rõ ràng như vậy, chúng ta hiểu rằng đỉnh cao văn chương của thư là câu 33 của đoạn 3. Câu 33 đứng ngay chính giữa sách và nắm giữ trọng tâm của sách. Tóm lại, Ca Thương 3:33 là sách Ca Thương.

Câu này nói gì? Câu này hỗ trợ cho những lời bảo đảm xung quanh về lòng thương xót và sự phục hồi sau cùng của Đức Chúa Trời bằng tư tưởng thần học sau:

Vì trong thâm tâm Ngài không muốn

Gây khổ đau hoặc buồn bã cho con cái loài người.

[2]John Calvin, *Institutes of the Christian Religion*, ed. John T. McNeil, trans. Ford L. Battles, 2 vols. (Louisville, KY: Westminster John Knox, 1960), 2.11.1–12.

Trong câu này có một giả thuyết ngầm và một lời tuyên bố rõ ràng. Giả thuyết ngầm ấy là Đức Chúa Trời chính là Đấng gây đau khổ. Tuyên bố rõ ràng ấy là trong thâm tâm Ngài không làm điều đó.

Giả thuyết ngầm phải được hiểu một cách đầy đủ trước khi đi đến lời tuyên bố rõ ràng. Khi nói về điều Chúa làm hay không làm xuất phát từ tấm lòng Ngài, chúng ta đang không giới hạn quyền tể trị tối cao của Ngài. Thật vậy, tới mức chúng ta tin rằng Đức Chúa Trời tể trị trong mọi khổ đau của chúng ta, tới mức chúng ta có thể được an ủi rằng trong thâm tâm Ngài không muốn gây đau khổ cho chúng ta.

Vậy thì, trước tiên, chúng ta nhớ vẻ đẹp của quyền tể trị tuyệt đối của Chúa trên muôn loài vạn vật, tốt *lẫn xấu*. Ngón chân bị dập, cây thường xuân có độc, người bạn đâm thọc sau lưng, chứng đau cổ mãn tính, ông sếp thích làm hài lòng mọi người nhưng không đứng về phía chúng ta, con cái ương ngạnh, nôn ói lúc ba giờ sáng, bóng tối của sự chán nản liên tục bao trùm. Bản Tuyên xưng Belgic phát biểu thật hay về quyền cai trị của Đức Chúa Trời trên mọi vật trong phần dạy về sự quan phòng của Chúa, một phần trong lời dạy đó là:

> Giáo lý này cho chúng ta sự an ủi không thể nói nên lời vì nó dạy chúng ta rằng không điều gì có thể xảy đến với chúng ta cách tình cờ, mà hoàn toàn bởi sự sắp đặt của Cha nhân từ ở trên trời, Đấng bảo vệ chúng ta như người cha, nâng đỡ mọi tạo vật dưới sự cai trị của Ngài, để không một sợi tóc nào trên đầu chúng ta (vì tất cả đã được đếm) hay một con chim bé nhỏ rơi xuống đất mà Cha không cho phép. (Điều 13)

Trong suốt sách Ca Thương, quan điểm chưa được sàng lọc về quyền tể trị thiên thượng này hiện diện khắp nơi. Ví dụ, lướt qua chương 3, chúng ta thấy hết câu này đến câu khác bắt đầu bằng từ "Ngài" khi trước giả kể lại những nỗi kinh khiếp mà chính Đức Chúa Trời giáng trên Y-sơ-ra-ên (3:2–16).

Nhưng ở trọng tâm thần học của cả sách, chúng ta được biết rằng "trong thâm tâm" Đức Chúa Trời không mang đến nỗi đau như thế.

Tại đây, trong sách Ca Thương, Kinh thánh dẫn chúng ta vào sâu thẳm bên tấm lòng của Đức Chúa Trời. Đấng cai trị và ra lệnh cho muôn vật đem đau khổ vào cuộc đời chúng ta với một sự miễn cưỡng nhất định. Ngài không miễn cưỡng vì ích lợi cuối cùng sẽ đến với chúng ta qua nỗi đau đó; đó thật sự là lý do Ngài đang làm điều ấy. Nhưng có điều gì đó khiến Ngài chùn lại khi gây đau khổ. Tự thân nỗi đau không phản chiếu tấm lòng của Ngài. Ngài không phải là lực theo triết học Plato, kéo các đòn bẩy và ròng rọc trên trời sao cho xa khỏi nỗi đau đớn và thống khổ thật sự mà chúng ta đang cảm nhận trong tay Ngài. Nếu tôi có thể nói như thế này mà không nghi ngờ những mỹ đức của Ngài, thì đó là: trong chính Ngài có sự xung đột khi Ngài giáng đau khổ trên cuộc đời chúng ta. Thật ra khi người Ba-by-lôn càn quét thành, Đức Chúa Trời đang trừng phạt Y-sơ-ra-ên vì sự ương ngạnh của họ. Ngài đang giáng cho họ điều họ đáng phải nhận. Nhưng trong sâu thẳm lòng Ngài là sự phục hồi đầy thương xót dành cho họ.

Goodwin giải thích:

Hỡi anh em của tôi, dù Đức Chúa Trời công bằng, nhưng ở một khía cạnh nào đó, lòng thương xót của Ngài được cho là tự nhiên đối với Ngài hơn mọi hành động công bằng Ngài thể hiện ra, ý tôi là sự công bằng báo thù. Trong những hành động của sự công bằng này có một sự thoả mãn các thuộc tính của Ngài ở chỗ Ngài gặp gỡ và sòng phẳng với tội nhân. Thế nhưng, có một sự đối tàn nhẫn đối với Ngài trong đó, Kinh thánh cho biết như thế; có điều gì đó trong đó trái ngược với Ngài. "Ta không muốn tội nhân phải chết" - tức là Ta hoàn toàn không vui mừng trong việc đó, chỉ để vui mừng... Khi Ngài thực thi công bằng, đó là vì mục đích cao hơn, không phải chỉ vì sự công bằng. Luôn luôn có điều gì đó miễn cưỡng trong lòng Ngài.

Nhưng khi Ngài đến để bày tỏ lòng thương xót, để chứng tỏ rằng đó là bản chất và thiên hướng của Ngài, thì Kinh thánh nói Ngài làm điều đó bằng cả tấm lòng. Trong Ngài không hề có điều gì miễn cưỡng hay chống đối điều này cả. Tự thân việc làm ấy khiến Ngài vui lòng. Không có sự do dự, miễn cưỡng nào trong Ngài cả.

Cho nên, ở Ca Thương 3:33 khi nói đến sự trừng phạt, trước giả nói "Vì trong thâm tâm, Ngài không muốn gây khổ đau hoặc buồn bã cho con cái loài người". Nhưng khi nói đến việc bày tỏ lòng thương xót, trước giả nói Ngài làm điều đó "bằng hết cả tấm lòng và hết cả linh hồn" như cách diễn đạt trong Giê-rê-mi 32:41. Vì thế, trong Ê-sai 28:21, những hành động công bằng được gọi là "việc lạ lùng" và "hành động lạ lùng" của Ngài. Nhưng khi thể hiện lòng thương xót, Ngài lấy làm vui mừng về họ, làm điều tốt cho họ, với cả tấm lòng và sức lực của Ngài.[3]

Goodwin đưa vào một vài đoạn Kinh thánh khác tại đây – Giê-rê-mi 32:41, câu Kinh thánh Chúa nói về công tác phục hồi rằng "Ta sẽ lấy làm vui mà ban phước cho chúng, hết lòng hết sức mà trồng chúng bền vững trong đất nầy;" và Ê-sai 28:21, hành động phán xét của Chúa được gọi là việc "lạ lùng" và "xa lạ" của Ngài. Kết hợp những đoạn Kinh thánh này với Ca Thương 3:33, Goodwin đúc rút mặc khải của Kinh thánh về ước muốn sâu kín nhất của Đức Chúa Trời là gì - đó là điều Ngài lấy làm vui mừng mà làm, điều tự nhiên nhất đối với Ngài. Lòng thương xót là điều tự nhiên đối với Ngài. Trừng phạt là điều gượng ép.

Có người trong chúng ta cho rằng Đức Chúa Trời mong manh, dễ bị xúc phạm. Một số khác nghĩ rằng Ngài lạnh lùng, khó lay chuyển. Cựu Ước cho chúng ta thấy một Đức Chúa Trời mà tấm lòng của Ngài thách đố những mong đợi tự nhiên của con người về bản chất của Ngài.

Chúng ta phải cẩn thận ở đây. Tất cả những thuộc tính của Đức Chúa Trời đều không thể thỏa hiệp được. Ví dụ, để Đức Chúa Trời bớt công bình thì chẳng khác nào chúng ta khiến Ngài không còn là Đức Chúa Trời nữa, để Ngài bớt tốt lành cũng y như vậy. Các nhà thần học nói đến tính đơn giản của Đức Chúa Trời, với ý nghĩa Đức Chúa Trời không phải tổng hòa các thuộc tính cộng lại, giống như các mẩu bánh pie tạo thành một chiếc bánh pie; thay vào đó, Đức Chúa Trời là mỗi một thuộc tính trọn vẹn. Ngài không do nhiều thành phần tạo nên. Ngài công bằng. Ngài phẫn nộ. Ngài nhân từ. Và cứ thế, Ngài chính là mỗi một thuộc tính, vô cùng toàn hảo.

Ngay cả khi nói về chuyện tấm lòng của Đức Chúa Trời, chúng ta thấy sự phức tạp trong các trang mở đầu của Kinh thánh. Hai quyết định quan trọng đầu tiên của Đức Chúa Trời sau khi sáng tạo đều được cho là vấn đề tấm lòng Ngài: huỷ diệt tất cả loài xác thịt trừ Nô-ê (6:6) và chấp nhận của lễ của Nô-ê và quyết định không bao giờ làm cho nước lụt trên mặt đất nữa (8:21). Rõ ràng tấm lòng Đức Chúa Trời cũng phức tạp đủ để vừa quyết định đoán phạt vừa quyết định thương xót.

---

[3]Thomas Goodwin, *The Works of Thomas Goodwin*, 12 vols. (repr., Grand Rapids, MI: Reformation Heritage, 2006), 2:179–80.

Nhưng đồng thời, nếu chúng ta phải theo sát và hoàn toàn đầu phục lời chứng của Kinh thánh, thì chúng ta có thể đưa ra lời tuyên bố ngoạn mục từ một góc độ khác sâu sắc hơn rằng có một số điều tuôn chảy từ Đức Chúa Trời tự nhiên hơn những điều khác. Đức Chúa Trời công bằng một cách kiên định. Nhưng còn thiên hướng của Ngài thì sao? Ngài vui thích làm điều gì? Nếu bạn làm tôi giật mình, thì phản ứng tức thì của tôi trước khi tôi có thời gian lấy lại bình tĩnh chắc chắn sẽ là cáu kỉnh. Nếu bạn làm Đức Chúa Trời giật mình, phản ứng tức thì của Ngài là ban phước. Sự thôi thúc làm điều lành. Mong muốn nuốt gọn chúng ta trong niềm vui.[4] Đây là lý do Goodwin có thể nói về Đức Chúa Trời rằng "mọi thuộc tính của Ngài dường như chỉ để tô điểm cho tình yêu của Ngài."[5]

Một bản văn quan trọng khác trong Cựu Ước là Ô-sê 11. Ngay sau khi Y-sơ-ra-ên phạm tội tà dâm thuộc linh và từ bỏ người yêu là Chúa, Đức Chúa Trời kể lại bằng lời lẽ tình đầy xúc động tình cảm của Ngài đối với Y-sơ-ra-ên: "Khi Y-sơ-ra-ên còn thơ ấu, Ta đã yêu mến nó" (Ô-sê 11:1). Thật vậy, "Ta đã dạy Ép-ra-im bước đi; lấy cánh tay mà nâng đỡ nó... Ta đã dùng dây nhân từ, dùng xích yêu thương mà kéo chúng nó đến... và cúi xuống để cho chúng ăn" (11:3–4). Thế nhưng, dẫu được chăm sóc ân cần, "dân Ta quyết ý từ bỏ Ta" (11:7) và khăng khăng thờ thần tượng (11:2).

Rồi Đức Chúa Trời phản ứng thế nào?

> Hỡi Ép-ra-im, làm sao Ta bỏ ngươi được?
>> Hỡi Y-sơ-ra-ên, làm sao Ta đành giao ngươi cho kẻ thù?
> Làm sao Ta đối xử với ngươi như Át-ma
>> Hay như với Sê-bô-im được?
> Tim Ta rung động,
>> Lòng thương xót của Ta như nung như đốt.
> Ta sẽ không thi hành cơn phẫn nộ Ta
>> Và sẽ chẳng tiêu diệt Ép-ra-im.
> Vì Ta là Đức Chúa Trời chứ không phải là người;

---

[4] Lời giải thích đặc biệt hữu ích về tính đơn giản của Chúa là của Herman Bavinck, *Reformed Dogmatics*, ed. John Bolt, trans. John Vriend, 4 vols. (Grand Rapids, MI: Baker, 2003–2008), 2:173–77. Ông xem sự đơn giản của Chúa là điều bắt buộc và cần thiết để Ngài là "tình yêu cao cả nhất" (2:176).

[5] Goodwin, *Of Gospel Holiness in the Heart and Life*, trong *Works*, 7:211.

> Ta là Đấng Thánh ở giữa ngươi,
> Ta chẳng đến với ngươi trong cơn thịnh nộ. (Ô-sê 11:8–9)

Chúng ta đã suy ngẫm đoạn Kinh thánh này trong chương 7. Tôi nhắc lại ở đây không chỉ vì nó đặc biệt đi xuyên vào tấm lòng của Đức Chúa Trời theo cách tương tự như Ca Thương chương 3, mà còn vì, khi chú giải Ô-sê 11:8, Jonathan Edwards có nói một cách ấn tượng tương tự điều Goodwin nói ở trên về Ca Thương 3. Edwards viết "Đức Chúa Trời không vui trong sự huỷ diệt hay trong tai hoạ xảy đến cho con người hoặc các dân tộc. Ngài mong họ quay về và tiếp tục sống trong hoà bình hơn. Ngài rất vui nếu họ từ bỏ đường lối gian ác mình, để Ngài không có dịp giáng cơn thịnh nộ trên họ. Ngài là Đức Chúa Trời thích bày tỏ lòng thương xót, còn đoán phạt là công việc xa lạ đối với Ngài."[6]

Theo sự dẫn dắt của Kinh thánh, cả Edwards và Goodwin đều xem lòng thương xót là điều Đức Chúa Trời hết sức vui thích còn đoán phạt là "việc xa lạ" đối với Ngài.

Khi đọc và suy ngẫm lời dạy từ những nhà thần học lớn trong quá khứ như Jonathan Edwards hay Thomas Goodwin này, chúng ta cần hiểu rằng họ không gọi sự đoán phạt là công việc "lạ" của Đức Chúa Trời theo nghĩa giảm nhẹ sự thịnh nộ và sự công bằng của Đức Chúa Trời.

Edwards nổi tiếng nhất với bài giảng "Tội nhân trong bàn tay của một Đức Chúa Trời giận dữ", một mô tả đáng kính sợ về tình trạng mong manh của những người không ăn năn dưới cơn thịnh nộ của Đức Chúa Trời - dù không kinh khiếp như một số bài giảng khác của ông, chẳng hạn như "Sự công bằng của Đức Chúa Trời trong việc nguyền

[6]Jonathan Edwards, "Impending Judgments Averted Only by Reformation", trong *The Works of Jonathan Edwards*, vol. 14, *Sermons and Discourses*, 1723–1729, ed. Kenneth P. Minkema (New Haven, CT: Yale University Press, 1997), 221. Hợp tuyển tương tự 1081 trong tác phẩm *The Works of Jonathan Edwards*, vol. 20, *The "Miscellanies*," 833–1152, ed. Amy Plantinga Pauw (New Haven, CT: Yale University Press, 2002), 464–65.

rủa tội nhân". *Đây* là người khẳng định rằng Đức Chúa Trời "thích bày tỏ lòng thương xót, còn sự đoán phạt là việc xa lạ đối với Ngài."

Còn Goodwin thường xuyên đứng dậy và phát biểu trước hội chúng hơn bất kỳ một nhà thần học nào có mặt tại buổi soạn thảo các tiêu chuẩn của bản tuyên xưng Westminster ở Anh quốc vào thập niên 1640 - bản tuyên xưng đức tin vĩ đại, chính xác, tin có địa ngục và xác nhận có sự thịnh nộ này dạy rằng khi những người ở ngoài Đấng Christ qua đời, họ "bị quăng vào địa ngục, nơi họ ở trong sự đau khổ và tối tăm hoàn toàn, chờ sự phán xét vào ngày cuối cùng" (Bản Tuyên Xưng Đức Tin Westminster 32.1); vào ngày phán xét cuối cùng, "kẻ ác là những người không biết Đức Chúa Trời và không vâng theo Phúc Âm của Chúa Giê-xu Christ, sẽ bị quăng vào nơi khổ hình đời đời và bị đoán phạt bằng sự huỷ diệt đời đời khỏi sự hiện diện của Chúa" (33.2). Đó là thần học của Goodwin; ông là người cũng có ảnh hưởng trên việc soạn thảo bản tuyên xưng ấy như bất cứ thành viên nào. Về tác phẩm của chính Goodwin, ông không do dự khi viết về "những nỗi đau thấm thía nhất" của địa ngục, nơi "cơn thịnh nộ của Đức Chúa Trời và lời Ngài làm cho những kẻ ở trong đó đau đớn mãi mãi", vì Ngài "biết cách làm cho đau đớn cùng cực" những kẻ nhất định sống trong tội lỗi mà không chịu ăn năn.[7]

Edwards, Goodwin và dòng chảy thần học mà họ đứng trên đó không mềm mỏng. Họ quả quyết rồi rao giảng dạy về cơn thịnh nộ của Chúa cùng địa ngục đời đời. Họ thấy những giáo lý này trong Kinh thánh (2 Tê 1:5–12, chỉ trích dẫn một bản văn). Nhưng vì họ biết rõ Kinh thánh của mình và cẩn thận làm theo, nên họ cũng thấy rõ một chủ đề trong Kinh thánh nói về bản chất sâu xa nhất của Đức Chúa Trời - là tấm lòng của Ngài.

Và có lẽ đây là bí quyết để họ có được tầm ảnh hưởng bất chấp thời gian. Có một lối giảng dạy Kinh thánh không cảm được tấm lòng của Đức Chúa Trời đối với những người không kiên định, không nếm biết được điều tự nhiên tuôn chảy từ Ngài, kiểu giảng dạy với tất cả sự chính xác của mình cuối cùng cũng chỉ làm người nghe nó trở nên u mê. Những người Thanh giáo hay những nhà truyền đạo vĩ đại của

---

[7]Goodwin, *Works*, 7:304, 305.

cuộc Đại Phấn Hưng thì không như vậy. Họ biết rằng khi Đức Chúa Trời quyết định ban điều tốt lành cho dân sự cách hậu hĩnh, thì Ngài làm điều đó với một sự tự nhiên nào đó phản chiếu chiều sâu bản chất của Ngài. Nhận biết Đức Chúa Trời thương xót là nhận biết Đức Chúa Trời là Đức Chúa Trời.

Để cho trực giác của chúng ta lên tiếng về Đức Chúa Trời, thì ắt hẳn chúng ta sẽ kết luận rằng thương xót là việc xa lạ còn đoán phạt là việc tự nhiên đối với Ngài. Chỉnh lại cách chúng ta nhìn Đức Chúa Trời khi nghiên cứu Kinh thánh, với sự giúp đỡ của những giáo sư lớn trong quá khứ, chúng ta thấy rằng đoán phạt mới là việc xa lạ đối với Ngài, còn thương xót là việc tự nhiên đối với Ngài.

Ngài thật có làm cho con cái loài người đau đớn và khổ sở. Nhưng thực tâm Ngài không muốn vậy.

Chương 16

Giê-hô-va, Giê-hô-va

"Đức Chúa Trời nhân từ, thương xót, chậm giận...".
Xuất Ê-díp-tô Ký 34:6

ĐỨC CHÚA TRỜI LÀ AI?

Nếu chúng ta chỉ có thể lấy một phân đoạn Kinh thánh Cựu Ước để trả lời câu hỏi này, thì thật khó có đoạn nào hay hơn Xuất Ê-díp-tô Ký 34. Đức Chúa Trời đang bày tỏ chính Ngài cho Môi-se, khiến cho vinh quang Ngài đi qua Môi-se, người Ngài để trong kẽ đá (33:22). Đúng vào lúc quyết định thì Kinh thánh chép:

> Đức Giê-hô-va đi qua trước mặt ông và tuyên bố: "Giê-hô-va! Giê-hô-va! Là Đức Chúa Trời nhân từ, thương xót, chậm giận, dự dật ân huệ và thành thực, giữ lòng yêu thương đến nghìn đời, tha thứ điều gian ác, sự vi phạm và tội lỗi; nhưng không kể kẻ có tội là vô tội, mà nhân tội tổ phụ phạt con cháu đến ba bốn đời". (Xuất 34:6–7)

Là một hình thức của sự nhập thể, đây có lẽ là cao điểm trong sự mặc khải thiên thượng của cả Kinh thánh. Một cách trình bày khách quan điểm này là tần suất bản văn được chọn ở chỗ khác trong Cựu Ước. Nhiều lần các tiên tri đi theo Môi-se đã dựa vào hai câu Kinh thánh này trong Xuất Ê-díp-tô Ký để khẳng định Đức Chúa Trời là ai. Một trong những lần này xuất hiện trong ngữ cảnh trực tiếp của câu Kinh thánh chúng ta vừa xem xét, Ca Thương 3:33. Trong câu trước đó của phân đoạn Kinh thánh này, Đức Chúa Trời được mô tả là "thương xót tùy theo lòng nhân từ cao cả của Ngài" (3:32) và trước giả dùng nhiều từ ngữ quan trọng trong tiếng Hê-bơ-rơ ẩn dưới sự mặc khải ở Xuất Ê-díp-tô Ký 34:6–7. Cũng vậy, nhiều bản văn khác vang vọng Xuất Ê-díp-tô Ký 34, bao gồm Dân số Ký 14:18; Nê-hê-mi 9:17; 13:22;

Thi Thiên 5:8; 69:14; 86:5, 15; 103:8; 145:8; Ê-sai 63:7; Giô-ên 2:13; Giô-na 4:2; và Na-hum 1:3.

Xuất Ê-díp-tô Ký 34:6–7 không phải lời mô tả một lần duy nhất, một lời nhận xét thoáng qua và thứ yếu. Trong đoạn Kinh thánh này, chúng ta bước vào ngay chính trái tim của bản tính Đức Chúa Trời. Học giả Cựu Ước Walter Brueggemann đặc biệt chú ý đến đoạn Kinh thánh này trong tác phẩm của ông *Theology of the Old Testament*. Ông gọi đây là "đặc trưng hết sức quan trọng, được cách điệu hóa và mang tính tự giác về Gia-vê, một lời phát biểu cẩn trọng đến nỗi phải được xem là lời tuyên bố chuẩn mang tính kinh điển mà Y-sơ-ra-ên thường xuyên tìm về, xứng đáng với tên gọi "tín điều"[1]

Vậy thì, "tín điều" về Đức Chúa Trời của Y-sơ-ra-ên là gì?

Không phải là điều chúng ta mong đợi.

Bạn nghĩ gì khi nghe cụm từ "vinh quang của Đức Chúa Trời?" Bạn có hình dung được kích thước bao la của vũ trụ không? Một giọng nói đang khiếp sợ như tiếng sấm từ giữa đám mây chăng?

Trong Xuất Ê-díp-tô Ký 33, Môi-se cầu xin Chúa "Xin cho con được nhìn thấy vinh quang của Ngài" (33:18). Chúa trả lời thế nào? "Ta sẽ thể hiện sự toàn hảo của Ta trước mặt con" (33:19). Sự toàn hảo ư? Chẳng phải vinh quang của Chúa là sự vĩ đại chứ không phải sự toàn hảo của Ngài sao? Dường như không phải vậy. Rồi Đức Chúa Trời nói tiếp đến việc thể hiện lòng thương xót và ân điển cho người nào Ngài muốn (33:19). Sau đó, Ngài nói với Môi-se rằng Ngài sẽ đặt ông trong kẽ đá và (một lần nữa) *vinh quang* của Ngài sẽ đi qua (33:22). Đức Chúa Trời thật sự có đi qua, nhưng (một lần nữa) trong 34:6–7 Ngài định nghĩa vinh quang của Ngài là vấn đề thương xót và ân huệ:

> ... nhân từ, thương xót, chậm giận, dư dật ân huệ và thành thực, giữ lòng yêu thương đến nghìn đời, tha thứ điều gian ác, sự vi phạm và tội lỗi; nhưng không kể kẻ có tội là vô tội, mà nhân tội tổ phụ phạt con cháu đến ba bốn đời.

Khi nói đến vinh quang của Đức Chúa Trời, là chúng ta đang nói đến Đức Chúa Trời là ai, bản chất của Ngài như thế nào, vẻ rực rỡ đặc

---

[1]Walter Brueggemann, *Theology of the Old Testament: Testimony, Dispute, Advocacy* (Minneapolis: Fortress, 1997), 216.

biệt của Ngài, những điều khiến Chúa trở thành *Đức Chúa Trời*. Và khi chính Đức Chúa Trời đưa ra những điều khoản về vinh quang của Ngài là gì, thì thình lình Ngài đưa chúng ta đến chỗ kinh ngạc. Khuynh hướng tự nhiên của chúng ta là nghĩ rằng Ngài phải ầm ầm như sấm, mạnh bạo như búa và ưa thích trừng phạt. Chúng ta nghĩ rằng Ngài phải hướng đến sự trả thù vì tính ương ngạnh của chúng ta. Rồi Xuất Ê-díp-tô Ký 34 vỗ nhẹ lên vai chúng ta để chúng ta dừng lại. Đức Chúa Trời hướng đến lòng thương xót. Vinh quang của Ngài là sự toàn hảo của Ngài. Vinh quang của Ngài là sự khiêm nhường của Ngài. "Vinh quang vĩ đại của Đức Giê-hô-va. Mặc dù Đức Giê-hô-va là cao cả, Ngài cũng đoái thương những người thấp hèn" (Thi 138:5–6).

Hãy suy ngẫm Xuất Ê-díp-tô Ký 34:6–7

"Nhân từ và thương xót". Đây là những từ ngữ đầu tiên thốt ra từ chính miệng Đức Chúa Trời sau khi công bố danh Ngài ("Giê-hô-va", hay "Ta là"). *Những từ đầu tiên.* Chỉ có hai từ Chúa Giê-xu dùng để mô tả tấm lòng của Ngài là *nhu mì* và *khiêm nhường* (Mat 11:29). Đức Chúa Trời không bày tỏ vinh quang của Ngài là "Giê-hô-va, Giê-hô-va, là Đức Chúa Trời đòi hỏi cao và nghiêm ngặt" hay "Giê-hô-va, Giê-hô-va, là Đức Chúa Trời khoan dung và hay bỏ qua" hoặc "Giê-hô-va, Giê-hô-va, là Đức Chúa Trời thất vọng và chán nản". Thứ tự ưu tiên một và niềm vui sâu thẳm nhất cùng đáp ứng đầu tiên của Ngài - tấm lòng của Ngài - là nhân từ và thương xót. Ngài nhẹ nhàng tự điều chỉnh mình theo ngôn ngữ của chúng ta thay vì khiến chúng ta choáng ngợp bằng ngôn ngữ của Ngài.

"Chậm giận". Cụm từ trong tiếng Hê-bơ-rơ có nghĩa đen là "hai lỗ mũi dài". Hãy tưởng tượng một con bò đực đang tức giận, chân cào mặt đất, thở hổn hển, hai lỗ mũi phình ra. Có thể nói đó là "mũi ngắn". Nhưng Đức Giê-hô-va thì mũi dài. Ngài không đặt ngón tay lên cò súng. Phải khiêu khích lâu ngày dài tháng lắm mới khiến Ngài nổi giận. Không như chúng ta, những người thường để cho những chiếc đập cảm xúc vỡ cách dễ dàng, Đức Chúa Trời có thể chịu đựng rất nhiều. Đây là lý do Cựu Ước nói Đức Chúa Trời bị dân Ngài "chọc giận" nhiều lần (nhất là trong Phục Truyền; 1–2 Vua; và Giê-rê-mi). Nhưng không có lần nào cho chúng ta biết rằng Đức Chúa Trời bị "khiêu khích phải thể hiện tình yêu" hay "khiêu khích để phải thương xót". Phải bị khiêu khích thì Ngài mới nổi giận; còn lòng thương xót của Ngài bị dồn chứa, sẵn sàng tuôn trào. Chúng ta hay nghĩ: cơn giận của Chúa bị dồn nén, giống như lò xo bị nén, còn lòng thương xót của Chúa thì được bồi đắp từ từ. Nhưng sự thật thì ngược lại. Lòng thương xót của Chúa chực chờ vỡ tung chỉ bằng cái đâm nhẹ.[2] (Qua Tân Ước, chúng ta học biết rằng đối với loài người sa ngã thì ngược lại. Chúng ta phải khích nhau để yêu, theo Hê-bơ-rơ 10:24. Đức Gia-vê không cần khích mới yêu, chỉ nổi giận Ngài mới cần khiêu khích. Chúng ta thì không cần khiêu khích mới nổi giận, mà cần khiêu khích để yêu. Một lần nữa, Kinh thánh nỗ lực rất nhiều để phá vỡ cách nghĩ tự nhiên của chúng ta về Đức Chúa Trời thật sự là ai.)

"Dư dật ân huệ và thành thực". Đây là ngôn ngữ giao ước. Có một từ liệu Hê-bơ-rơ nằm dưới cụm từ Anh ngữ "dư dật ân huệ" (trong bản Anh ngữ là "tình yêu vững bền"). Đây là từ *hesed*, chỉ về cam kết đặc biệt của Đức Chúa Trời với dân sự, những người Ngài lấy làm vui lòng ràng buộc chính mình với họ trong mối quan hệ giao ước không thể phá vỡ. Từ liệu "thành thực" cũng được hiểu theo nghĩa này - Ngài sẽ không bao giờ giơ tay đầu hàng, bất chấp mọi nguyên nhân từ dân sự Ngài. Thậm chí Ngài còn không nghĩ đến việc từ bỏ chúng ta, những người đáng bị từ bỏ, hay nghĩ đến việc ghét bỏ chúng ta như cách chúng ta làm đối với những người làm tổn thương mình. Cho nên, Ngài không chỉ *hiện hữu* trong cam kết giao ước đầy bao dung, mà còn *dư dật* trong cam kết ấy. Cam kết chắc chắn của Ngài với chúng ta không bao giờ khô cạn.

"Giữ lòng yêu thương đến nghìn đời". Câu này cũng có thể được dịch là "giữ tình yêu thương bền vững đến hàng nghìn thế hệ" như được nói rõ ràng ở Phục Truyền 7:9 "Vì vậy, anh em phải nhận biết rằng Giê-hô-va Đức Chúa Trời anh em là Đức Chúa Trời, tức là Đức Chúa Trời thành tín, Đấng gìn giữ giao ước và lòng nhân từ đến hàng nghìn thế hệ cho những người yêu mến Ngài và tuân giữ các điều răn Ngài". Điều này không có nghĩa là sự nhân từ Ngài kết thúc ở thế hệ thứ 1001. Đó là cách Chúa nói: *Không có ngày kết thúc cam kết của Ta với các con. Các con không thể tống khứ ân điển của Ta dành cho các con đi.*

---

[2]Tôi biết ơn Wade Urig đã giúp tôi nhìn thấy điều này.

Các con không thể chạy nhanh hơn lòng thương xót của Ta hay khiến lòng thương xót Ta không thể bắt kịp. Các con không thể lẩn tránh lòng nhân từ của Ta. Tấm lòng Ta hướng về các con.

"Mà nhân tội tổ phụ phạt con cháu đến ba bốn đời". Yếu tố sau cùng này quan trọng và khi suy ngẫm thì càng thêm an ủi, dù ban đầu có khó nghe. Nếu không có yếu tố này, tất cả các yếu tố trước đó có thể bị hiểu lầm chỉ là sự nhân hậu, bao dung đơn thuần. Nhưng Đức Chúa Trời không phải người nhu nhược. Ngài là Đấng công bằng trọn vẹn trong vũ trụ. Đức Chúa Trời không chịu khinh dể đâu; vì ai gieo giống gì, sẽ gặt giống ấy (Ga 6:7). Tội lỗi và sự vi phạm di truyền từ thế hệ này sang thế hệ kia. Chúng ta nhìn thấy điều này xung quanh mình. Nhưng hãy lưu ý điều Chúa phán. Tình yêu giao ước của Ngài tuôn chảy đến hàng nghìn đời; còn Ngài trừng phạt tội lỗi tổ phụ đến ba bốn đời. Bạn có thấy sự khác biệt không? Đúng rồi, tội lỗi của chúng ta sẽ được truyền lại cho con cháu mình. Còn lòng nhân từ của Chúa sẽ được truyền lại theo kiểu nuốt lấy mọi tội lỗi của chúng ta một cách không do dự. Lòng thương xót của Ngài truyền lại cho hàng nghìn thế hệ, vượt xa hơn cả thế hệ thứ ba hay thứ tư.

Đức Chúa Trời là thế. Theo lời chứng của chính Ngài, đó là tấm lòng của Ngài.

Tính bất đối xứng của Xuất Ê-díp-tô Ký 34:6–7 khiến chúng ta giật mình. Lòng thương xót và tình yêu hiện ra lù lù; công lý báo trả cũng được thừa nhận nhưng gần như là một ý nghĩ tất yếu đến sau. John Owen nói như sau khi chú giải về phân đoạn này:

> Khi [Đức Chúa Trời] long trọng tuyên bố bản chất của Ngài cách đầy đủ thông qua danh Ngài, để chúng ta biết và kính sợ Ngài, thì Ngài làm điều đó bằng việc liệt kê những thuộc tính như thế này, những thuộc tính có thể thuyết phục chúng ta tin vào lòng thương xót và tính kiên nhẫn chịu đựng của Ngài, không đợi đến khi phần kết để cập đến bất cứ sự nghiêm khắc nào của Ngài, là điều Ngài sẽ không thi thố trên bất cứ ai trừ những người khinh thường lòng thương xót của Ngài. [3]

---

[3]John Owen, *An Exposition of the Epistle to the Hebrews*, trong W.H. Goold, ed., *The Works of John Owen*, vol. 25, (repr. Edinburgh: Banner of Truth, 1965), 483.

Người Thanh giáo hiểu rằng trong sự mặc khải cho Môi-se, Đức Chúa Trời đang phô bày cho chúng ta tấm lòng sâu kín của Ngài. Trong sự mặc khải tối cao về Đức Chúa Trời trong cả Cựu Ước, chính Đức Chúa Trời không cảm thấy cần phải quân bình giữa việc truyền đạt lòng thương xót với việc truyền đạt tức thì và công bằng sự thịnh nộ tức. Thay vào đó, Ngài nói chính Ngài, như Richard Sibbes diễn đạt, phải "mặc lấy tất cả bằng những thuộc tính ngọt ngào". Sibbes nói tiếp: "Nếu chúng ta biết danh Ngài và nhìn nhận Ngài theo cách Ngài vui lòng và thích thú tự phô bày chính Ngài cho chúng ta, thì chúng ta hãy biết Ngài qua những danh xưng Ngài tuyên bố ở đây, cho thấy vinh quang của Đức Giê-hô-va trong Phúc Âm đặc biệt chiếu rạng qua lòng thương xót."[4]

Điều chúng ta nhìn thấy trong Xuất Ê-díp-tô Ký 34, và điều Owen cũng như Sibbes xác nhận, vang vọng suốt phần còn lại của Kinh thánh, chẳng hạn ở Ê-sai 54:7–8, Chúa phán:

> Ta đã bỏ ngươi trong một thời gian ngắn,
> > Nhưng Ta sẽ đón ngươi về với lòng thương xót vô hạn.
> Trong cơn tức giận tột cùng,
> > Ta ngoảnh mặt khỏi ngươi một lúc,
> Nhưng vì lòng nhân từ vô biên, Ta sẽ thương xót ngươi.

Ở một góc độ, đời sống Cơ Đốc nhân là hành trình dài để cho giả định tự nhiên của chúng ta về bản chất của Đức Chúa Trời qua nhiều thập kỷ phai mờ đi, và dần dần được thay thế bằng lời khẳng định của chính Đức Chúa Trời về Ngài. Đây là việc không dễ, đòi hỏi nhiều bài giảng và nhiều đau khổ mới có thể nhận ra rằng tận trong sâu thẳm tấm lòng của Đức Chúa Trời là "nhân từ, thương xót, chậm nóng giận". Sự sa ngã trong Sáng Thế Ký 3 không chỉ khiến chúng ta bị kết án và lưu đày. Sự sa ngã còn làm cho những ý nghĩ đen tối về Đức Chúa Trời bám chặt vào tâm trí chúng ta, những ý nghĩ chỉ được khai quật sau nhiều lần tiếp xúc với Phúc Âm, sau nhiều năm. Có lẽ chiến thắng lớn nhất của Sa-tan trong cuộc đời bạn ngày hôm nay không phải là tội lỗi mà bạn thường xuyên nuông chiều, nhưng là những ý nghĩ đen tối về

---

[4]Richard Sibbes, *The Excellency of the Gospel Above the Law*, trong *The Works of Richard Sibbes*, ed. A. B. Grosart, 7 vols. (Edinburgh: Banner of Truth, 1983), 4:245.

tấm lòng của Đức Chúa Trời khiến bạn trước tiên là nghĩ đến chúng rồi tiếp theo là lạnh nhạt đối với Ngài.

Nhưng dĩ nhiên bằng chứng cuối cùng về bản chất của Đức Chúa Trời không phải trong Xuất Ê-díp-tô Ký mà là trong Ma-thi-ơ, Mác, Lu-ca và Giăng. Trong Xuất Ê-díp-tô Ký 33–34, Môi-se không thể nhìn thấy mặt Chúa mà còn sống, vì điều đó sẽ thiêu đốt ông. Nhưng nếu một ngày nào đó con người nhìn thấy mặt Đức Chúa Trời theo cách không thiêu đốt họ thì sao? Khi Giăng nói đến Ngôi Lời trở nên xác thịt, ông nói "chúng ta đã thấy vinh quang của Ngài" - chúng ta đã nhìn thấy điều Môi-se cầu xin mà không được – "đầy ân điển và chân lý" (Giăng 1:14, nhận biết Đấng Christ sở hữu cách đầy trọn mọi thuộc tính giống như Đức Chúa Trời trong Xuất 34:6).

Giăng không phải là trước giả Phúc Âm duy nhất chỉ ra mối liên kết ngược trở về Xuất Ê-díp-tô Ký 33–34. Hãy suy ngẫm điều này: sự mặc khải ở Xuất Ê-díp-tô Ký 34 theo sau việc ban hóa bánh cách diệu kỳ (Xuất 16:1–36) và luật về ngày Sa-bát (31:12–18), sau việc yêu cầu người lãnh đạo đại diện của Đức Chúa Trời nói chuyện với Ngài trên núi (32:1, 15, 19; 34:2, 3, 29), kết thúc bằng việc dân sự Đức Chúa Trời cảm thấy kinh khiếp về, được trấn an bởi, đến gần và nói với người lãnh đạo đại diện của Đức Chúa Trời khi ông từ trên núi đi xuống (34:30–31). Ngay tiếp theo sau sự mặc khải ở Xuất Ê-díp-tô Ký 34 là việc kể lại điều kỳ diệu giữa vòng dân sự khi đối tượng họ thờ phượng ở giữa vòng dân sự (34:9–10); rồi sau đó là cuộc gặp gỡ tiếp theo giữa người lãnh đạo đại diện của Đức Chúa Trời và Đức Chúa Trời, kết quả là gương mặt của người lãnh đạo ấy sáng rực (34:29–33).

Tất cả mọi chi tiết của tường thuật này đều xuất hiện trong Mác 6:45–52 và ngữ cảnh xung quanh phân đoạn đó, khi Chúa Giê-xu đi bộ trên mặt nước.[5]

---

[5]Đó là: việc hoá bánh kỳ diệu (Mác 6:30–44); luật về ngày Sa-bát (6:2); người lãnh đạo đại diện của Đức Chúa Trời nói chuyện với Chúa trên núi (6:46); kết thúc bằng việc dân sự Chúa cảm thấy kinh khiếp về, được trấn an bởi, đến gần và nói chuyện với người lãnh đạo đại diện của Đức Chúa Trời khi người này xuống núi (6:49–50); ngay tiếp theo sau là ký thuật về việc dân chúng kinh ngạc khi Chúa Giê-xu ở giữa họ (6:53–56); rồi sau đó là cuộc gặp gỡ tiếp theo giữa người lãnh đạo đại diện của Đức Chúa Trời và Đức Chúa Trời, kết quả là gương mặt của người lãnh đạo ấy sáng rực

Còn bây giờ, chúng ta bắt đầu thấy tại sao Chúa Giê-xu định "vượt lên trước" các môn đồ đang cố sức chống chèo trên Biển hồ Ga-li-lê. Bản văn chép "Ngài thấy các môn đồ chèo chống vất vả vì gió ngược nên khoảng canh tư đêm ấy, Ngài đi trên mặt biển mà đến với môn đồ. Ngài muốn vượt lên trước họ" (Mác 6:48). Vì sao Ngài muốn vượt lên trước họ? Lý do là vì Chúa Giê-xu không chỉ định "vượt lên trước" các môn đồ theo kiểu xe hơi vượt qua mặt nhau trên đường cao tốc. Việc Ngài vượt lên họ có ý nghĩa hơn nhiều và chỉ được hiểu dựa vào bối cảnh Cựu Ước. Bốn lần trong Xuất Ê-díp-tô Ký 33–34 Đức Giê-hô-va phán Ngài sẽ "đi ngang qua" Môi-se, Bản Bảy Mươi (Bản Cựu Ước bằng tiếng Hy Lạp) cũng dùng từ (*parerchomai*) mà Mác sử dụng.

Đức Giê-hô-va đi ngang qua Môi-se và cho thấy rằng vinh quang tột bậc của Ngài nằm ở lòng thương xót và ân điển Ngài. Chúa Giê-xu đã đến bằng thịt và huyết để làm điều Đức Chúa Trời đã làm chỉ bằng giọng nói và gió trong Cựu Ước.

Khi chúng ta thấy Chúa bày tỏ bản tính chân thật nhất của Ngài cho Môi-se trong Xuất Ê-díp-tô Ký 34 là chúng ta đang nhìn thấy hình bóng mà một ngày kia sẽ phải nhường chỗ cho người tạo ra hình bóng trong các sách Phúc Âm, đó là Chúa Giê-xu Christ. Chúng ta được ban cho ở dạng 2-D điều sẽ nổ tung vào miền không gian và thời gian liên tục của chính chúng ta ở dạng 3-D nhiều thế kỷ sau đó, tại đỉnh cao của toàn bộ lịch sử nhân loại.

Chúng ta được nói cho biết về tâm tình sâu kín nhất của Đức Chúa Trời trong Xuất Ê-díp-tô Ký 34. Nhưng chúng ta được thấy tấm lòng đó trong người thợ mộc ở Ga-li-lê, người đã làm chứng rằng suốt cuộc đời Ngài đó là tâm tinh của Ngài, rồi sau đó đã chứng minh tâm tình ấy khi Ngài bước lên thập tự giá của người La Mã và xuống địa ngục là nơi bị Đức Chúa Trời từ bỏ thế cho chúng ta.

(9:2–13). Độc giả muốn biết những mối liên kết được trình bày cách chi tiết có thể xem Dane Ortlund, "The Old Testament Background and Eschatological Significance of Jesus Walking on the Sea (Mác 6:45–52)," *Neotestamentica* 46 (2012): 319–37.

Chương 17

Đường Lối Ngài Không Phải Đường Lối Chúng Ta

Ý tưởng Ta không phải ý tưởng các ngươi.
Ê-sai 55:8

Sứ điệp của sách Ê-sai là: chúng ta thường hay hướng những kỳ vọng mà chúng ta tự nghĩ ra về bản chất của Đức Chúa Trời lên chính Ngài thay vì vật lộttranh chiến để cho Kinh thánh làm chúng ta ngạc nhiên bằng điều chính Đức Chúa Trời phán. Có lẽ không có chỗ nào trong Kinh thánh mà ý này được nói rõ hơn là trong Ê-sai 55. Calvin nói về câu Kinh thánh này như sau: "Không có điều gì khiến lương tâm chúng ta bối rối hơn khi chúng ta nghĩ rằng Đức Chúa Trời giống chúng ta"[1].

Khi cuộc sống khó khăn, Cơ Đốc nhân thường nhún vai nhắc người khác "Đường lối Ngài không phải đường lối chúng ta" – với ý muốn nói đến những điều mầu nhiệm của sự quan phòng thiên thượng mà bởi đó Ngài sắp xếp các sự kiện làm chúng ta ngạc nhiên. Dĩ nhiên, chiều sâu nhiệm mầu của sự quan phòng thiên thượng là một lẽ thật Kinh thánh quý giá. Nhưng phân đoạn Kinh thánh có câu "đường lối Ngài không phải đường lối chúng ta: là Ê-sai 55. Và theo ngữ cảnh, câu này có nghĩa hoàn toàn khác. Đây không phải là lời phát biểu về tinh thần ngạc nhiên trước sự quan phòng nhiệm mầu của Đức Chúa Trời, mà ngạc nhiên về lòng thương xót của Ngài. Phân đoạn đầy đủ là như vầy:

[1]John Calvin, *Commentary on the Prophet Isaiah*, vol. 4, trans. William Pringle (repr., Grand Rapids, MI: Baker, 2003), 169.

Hãy tìm kiếm Đức Giê-hô-va trong khi có thể gặp;
  Hãy kêu cầu đang khi Ngài ở gần!
Kẻ gian ác hãy lìa bỏ đường lối mình,
  Người xấu xa hãy từ bỏ các ý tưởng mình;
Hãy trở lại cùng Đức Giê-hô-va, Ngài sẽ thương xót,
  Hãy đến cùng Đức Chúa Trời chúng ta, vì Ngài tha thứ dồi dào.
Đức Giê-hô-va phán: "Ý tưởng Ta không phải là ý tưởng các ngươi,
  Đường lối các ngươi chẳng phải là đường lối Ta.
Vì các tầng trời cao hơn đất bao nhiêu,
  Thì đường lối Ta cao hơn đường lối các ngươi,
  Ý tưởng Ta cao hơn ý tưởng các ngươi cũng bấy nhiêu. (Ê-sai 55:6–9)

Phần đầu của phân đoạn này cho chúng ta biết điều phải làm. Phần thứ hai cho biết lý do. Phần chuyển tiếp nằm ở cuối câu 7 (kết thúc với cụm từ "vì Ngài tha thứ dồi dào"). Nhưng hãy lưu ý dòng lập luận.

Đức Chúa Trời kêu gọi chúng ta tìm kiếm Ngài, kêu cầu Ngài và thậm chí mời gọi kẻ gian ác quay về với Đức Giê-hô-va. Điều gì xảy ra khi chúng ta làm như vậy? Đức Chúa Trời sẽ "thương xót" chúng ta (câu 7). Cấu trúc song hành trong thi ca Hê-bơ-rơ cho chúng ta một cách nói khác để diễn đạt ý Đức Chúa Trời sẽ bày tỏ lòng thương xót đối với chúng ta: "Ngài tha thứ dồi dào" (câu 7). Đây là niềm an ủi sâu sắc dành cho chúng ta khi chúng ta thường thấy mình lang thang xa cách Cha, tìm kiếm sự bình an trong tâm hồn ở mọi nơi ngoại trừ vòng tay và sự chỉ dẫn của Ngài. Quay về cùng Đức Chúa Trời với sự ăn năn thật, cho dù cảm thấy xấu hổ và chán ghét bản thân đến cỡ nào, Ngài cũng sẽ không tha thứ cho có lệ. Mà Ngài sẽ tha thứ dồi dào. Ngài không chỉ chấp nhận chúng ta. Ngài còn kéo chúng ta trở lại vòng tay Ngài.

Nhưng hãy chú ý bản văn nói gì tiếp theo. Câu 8 và 9 dẫn chúng ta đi sâu hơn vào sự thương xót và tha thứ dồi dào này. Câu 7 cho chúng ta biết điều Đức Chúa Trời làm; câu 8 và 9 cho chúng ta biết bản chất của Ngài. Hay nói cách khác, Đức Chúa Trời biết rằng *cho dù chúng ta nghe về sự tha thứ đầy thương xót của Ngài, chúng ta cũng bắt đầu để ý đến lời hứa đó bằng cái nhìn đã bị thu nhỏ về tấm lòng từ đó tuôn đổ sự tha thứ đầy thương xót.* Đây là lý do Chúa phán tiếp:

Đức Giê-hô-va phán: "Ý tưởng Ta không phải là ý tưởng các ngươi,
  đường lối các ngươi chẳng phải là đường lối Ta.

> Vì các tầng trời cao hơn đất bao nhiêu,
>   thì đường lối Ta cao hơn đường lối các ngươi,
>   ý tưởng Ta cao hơn ý tưởng các ngươi cũng bấy nhiêu.

Đức Chúa Trời đang nói gì? Ngài đang nói với chúng ta rằng chúng ta không thể nhìn cách Ngài bày tỏ lòng thương xót bằng đôi mắt cũ kỹ. Chúng ta phải thay đổi quan điểm về Đức Chúa Trời. Bạn sẽ nói gì với đứa trẻ bảy tuổi khi người cha yêu dấu tặng cho nó món quà sinh nhật thì nó liền với lấy con heo đất để lấy tiền trả lại cho cha? Người cha ấy hẳn đau lòng lắm! Đứa trẻ đó cần thay đổi cách nhìn của nó về cha và về điều cha lấy làm vui thích mà làm.

Tự nhiên tấm lòng con người sa ngã thường hướng về sự trao đổi qua lại, ăn miếng trả miếng, sự bình đẳng, cân bằng. Chúng ta có vẻ "nguyên tắc" cách bướng bỉnh hơn chúng ta biết nhiều. Có điều gì đó lành mạnh và vinh quang vùi trong sự thôi thúc đó - dĩ nhiên, được tạo dựng theo chính hình ảnh của Đức Chúa Trời, chúng ta mong ước sự trật tự và công bằng hơn là lộn xộn. Nhưng cũng như mọi bộ phận khác trong con người chúng ta, sự thôi thúc đó cũng đã bị tiêm nhiễm tội lỗi vì sự sa ngã gây tai hại. Khả năng để chúng ta hiểu được tấm lòng của Đức Chúa Trời cũng mất đi. Chúng ta chỉ còn lại quan điểm nghèo nàn về tình cảm của Ngài đối với dân Ngài, một cái nhìn nghèo nàn (lại vì cớ tội lỗi) nhưng lại cho rằng thật sự đó là cái nhìn chính xác về bản chất của Ngài - giống như đứa cháu, khi thấy tờ giấy bạc một trăm đô la mới toanh, thì kết luận rằng ông mình ắt hẳn rất giàu có, mà không biết rằng món quà đó chỉ phản chiếu một phần cực cực nhỏ so với hàng tỉ đô-la tài sản thật sự mà ông nó có.

Vì vậy, Đức Chúa Trời nói với chúng ta một cách dễ hiểu rằng những suy nghĩ tự nhiên của chúng ta về tấm lòng của Ngài thật thiển cận làm sao. Ý tưởng Ngài không phải ý tưởng chúng ta. Đường lối của Ngài không phải đường lối của chúng ta. Và ý tưởng của chúng ta không chỉ cách Ngài vài một chút thôi đâu. Không hề! "Vì các tầng trời cao hơn đất bao nhiêu" - cách diễn đạt sự vô tận trong không gian - "thì đường lối Ta cao hơn đường lối các ngươi, ý tưởng Ta cao hơn ý tưởng các ngươi cũng bấy nhiêu" (câu 9). Trong câu 8, Đức Chúa Trời nói đường lối của Ngài và của chúng ta khác nhau; trong câu 9, Ngài nói cụ thể hơn rằng ý tưởng Ngài cao hơn. Cứ như thể Đức Chúa Trời đang nói trong câu 8 rằng Ngài và chúng ta suy nghĩ rất khác nhau, còn trong câu 9 Ngài nói chính xác rằng "ý tưởng" Ngài (từ Hê-bơ-rơ không chỉ có nghĩa là "sự suy ngẫm thoáng qua trong tâm trí" mà còn là "kế hoạch", "phương sách", "dự tính", "mục đích") cao hơn, rộng lớn hơn, được bao bọc trong lòng thương xót mà tội nhân sa ngã như chúng ta không biết xếp vào thể loại nào.

Trong Kinh thánh chỉ có một chỗ khác nữa dùng chính xác cụm từ "các tầng trời cao hơn đất bao nhiêu". Trong Thi Thiên 103, Đa-vít cầu nguyện: "Vì các tầng trời cách xa mặt đất bao nhiêu, thì lòng nhân từ của Ngài càng lớn cho người nào kính sợ Ngài bấy nhiêu" (câu 11). Hai phân đoạn – Thi 103:11 và Ê-sai 55:9 – soi sáng lẫn nhau.[2] Đường lối và ý tưởng của Chúa không phải đường lối và ý tưởng của chúng ta ở chỗ ý tưởng yêu thương và đường lối thương xót của Ngài trải dài đến mức vượt ra ngoài phạm vi hiểu biết của chúng ta.

Calvin - nhà thần học nổi tiếng nhất với sự dạy dỗ về giáo lý sự quan phòng của Đức Chúa Trời - thấy rằng lẽ mầu nhiệm của sự quan phòng không phải là điều Ê-sai 55 tìm kiếm. Ông lưu ý rằng một vài người giải thích cụm từ "ý tưởng Ta không phải ý tưởng các ngươi" chỉ đơn thuần là việc Đức Chúa Trời cách biệt với chúng ta, biểu thị hố sâu khổng lồ giữa thần linh thiêng liêng và loài người trần tục. Nhưng thật ra Calvin thấy rằng mạch tư tưởng của phân đoạn này hoàn toàn theo hướng ngược lại. Thật vậy, có một khoảng cách lớn giữa Đức Chúa Trời và chúng ta; chúng ta có những suy nghĩ thấp hèn về tấm lòng của Chúa, nhưng Ngài biết lòng Ngài kiên định, cởi mở và không bao giờ không hướng về chúng ta.

Calvin nhận xét "Vì cất bỏ nỗi khiếp sợ ra khỏi những tâm trí đang run rẩy là chuyện khó làm, nên Ê-sai đưa ra lập luận từ bản chất của Đức Chúa Trời, rằng Ngài sẽ sẵn sàng tha thứ và giải hoà"[3]. Rồi Calvin đi sâu vào trọng tâm của điều Chúa đang nói với chúng ta trong bản văn này. Sau khi chỉ ra cách giải thích sai trật, ông nói:

---

[2]Bản văn tiếng Hê-bơ-rơ trong cả hai câu *hầu như* giống nhau, chỉ có một điểm khác nhau ở giới từ, dù ý nghĩa cốt yếu không thay đổi.

[3]Calvin, *Isaiah*, 168.

Nhưng tôi nghĩ ý của nhà tiên tri thì khác và theo nhận định của tôi thì được giải thích cách chính xác hơn bởi các nhà giải kinh khác, những người nghĩ rằng Ê-sai đang nêu lên sự khác biệt giữa tâm tính của Đức Chúa Trời và của con người. Con người có thói quen xét đoán và đánh giá Đức Chúa Trời dựa vào chính họ; vì lòng họ hành động theo cảm xúc giận dữ và rất khó nguôi giận; do vậy, họ nghĩ rằng một khi họ xúc phạm Ngài thì họ không thể được giải hoà cùng Đức Chúa Trời. Nhưng Chúa cho thấy rằng Ngài không hề giống con người.[4]

Ngôn ngữ nói về khuynh hướng của Đức Chúa Trời ở đây của Calvin là ngôn ngữ của tấm lòng. Hãy nhớ, khi nói về tấm lòng của Đức Chúa Trời, là chúng ta đang nói đến khuynh hướng tự nhiên của Ngài, đến dòng chảy thường xuyên của bản chất Ngài và việc Ngài làm. Calvin dạy rằng theo Ê-sai 55, tâm tính của Chúa là bức ảnh bi quan về tâm tánh tự nhiên sa ngã của chúng ta.

Những hiểu biết lờ mờ về niềm vui của sự tha thứ của Đức Chúa Trời hạ thấp bức tường nhận thức về Đức Chúa Trời của chúng ta, nhưng chúng không giới hạn bản chất thật sự của Đức Chúa Trời. "Đức Chúa Trời thương xót vô hạn, sẵn sàng tha thứ dồi dào, để rồi nếu chúng ta không nhận được sự tha thứ từ Ngài, thì chỉ có thể là vì chúng ta vô tín mà thôi"[5].

Lòng thương xót của Đức Chúa Trời phá hủy những khuynh hướng suy nghĩ tự nhiên của chúng ta về cách Ngài yêu thích đáp ứng với dân sự Ngài khi họ chỉ biết trút đổ cho Ngài những đổ nát và vụn vỡ của cuộc đời họ.

Ngài không giống như bạn. Ngay cả tình yêu mãnh liệt nhất của con người cũng chỉ là tiếng vọng yếu ớt nhất về sự dư dật như thác

---

[4]Calvin, *Isaiah*, 168. Calvin nói điều tương tự khi chú giải Thi Thiên 89:2: "Con người sẽ không bao giờ tự do mở miệng ngợi khen Chúa, trừ khi người ấy bị thuyết phục hoàn toàn rằng Đức Chúa Trời, cho dù tức giận dân sự Ngài, cũng không bao giờ dẹp bỏ tình cảm cha con qua một bên." John Calvin, *Commentary on the Book of Psalms*, vol. 3, trans. James Anderson (repr., Grand Rapids, MI: Baker, 2003), 420.

[5]Calvin, Isaiah, 169. Goodwin cũng suy ngẫm tương tự về Ê-sai 55:8–9 trong tác phẩm *The Works of Thomas Goodwin*, 12 vols. (repr., Grand Rapids, MI: Reformation Heritage, 2006), 2:194.

đổ của thiên đàng mà thôi. Những suy nghĩ đầy yêu thương của Ngài dành cho bạn vượt xa hơn điều bạn có thể hình dung. Ngài muốn phục hồi bạn trở lại với vinh quang sáng chói mà bạn từng được tạo dựng. Và điều đó không phụ thuộc việc bạn có giữ mình thanh sạch hay không, mà phụ thuộc việc bạn có đem đến cho Ngài những bẩn thỉu của mình không. Ngài không giới hạn mình chỉ hành động với những phần không bị hư hỏng còn lại trong chúng ta sau một đời phạm tội. Quyền năng của Ngài vận hành sâu đến nỗi Ngài có thể chuộc cả những phần tối tệ nhất của chúng ta trong quá khứ để trở thành những phần rực rỡ trong tương lai. Nhưng chúng ta cần đem những đau buồn tăm tối đó đến cho Ngài.

Chúng ta biết rằng Ngài là Đấng phục hồi tương lai cho những người không xứng đáng được phục hồi vì cớ những điều mà phân đoạn Kinh thánh nói tiếp:

> Vì các ngươi sẽ đi ra trong niềm vui,
>> Được đưa đường trong sự bình an.
> Trước mặt các ngươi, núi và đồi sẽ trổi tiếng ca hát,
>> Mọi cây cối ngoài đồng sẽ vỗ tay.
> Cây tùng sẽ mọc lên thay cho bụi gai,
>> Và cây sim sẽ lớn lên thay cho gai góc,
> Điều đó sẽ làm cho biết danh Đức Giê-hô-va
>> Và là một dấu hiệu đời đời, không hề bị tiêu diệt. (Ê-sai 55:12–13)

Ý tưởng của Đức Chúa Trời cao hơn của chúng ta rất nhiều đến nỗi Ngài không chỉ tha thứ dồi dào cho người biết ăn năn, mà còn quyết định đem dân sự Ngài vào một tương lai rạng rỡ mà chúng ta hầu như không dám hy vọng được bước vào. Chất thơ trong phân đoạn này truyền đi thông điệp tuyệt vời rằng tấm lòng của Đức Chúa Trời dành cho dân Ngài được bồi đắp theo hướng tăng dần qua các thế hệ, chuẩn bị bùng nổ vào kỳ tận chung. Nhân loại được phục hồi sẽ hăm hở tràn tới với năng lượng hạt nhân thuộc linh đến nỗi chính cõi tạo vật cũng sẽ phun trào những bài thánh ca chúc tụng bằng giọng khàn khàn. Đây là bữa tiệc mà trật tự sáng tạo háo hức tham dự (Rô 8:19), vì vinh quang của nó được buộc chặt và phụ thuộc vào vinh quang của chúng ta (Rô 8:21). Vũ trụ sẽ được thanh tẩy sạch sẽ và phục hồi trở lại với sự sáng láng và giá trị rực rỡ khi con trai con gái của Đức Chúa Trời bước vào một tương lai bảo đảm mà họ không xứng đáng.

Làm sao chúng ta biết chắc như thế?

Bởi vì mặc dù đường lối Ngài cao hơn đường lối chúng ta, nhưng *cách* mà ý tưởng Ngài cao hơn ý tưởng chúng ta là chúng ta không nhận biết Ngài thích hạ mình thấp xuống để đến với chúng ta như thế nào. Đọc thêm vài chương tiếp theo trong Ê-sai chúng ta sẽ thấy:

> Đấng cao cả, Đấng được tôn cao, ngự nơi đời đời vô cùng,
> > Danh Ngài là Thánh; Đấng ấy phán:
> Ta ngự trong nơi cao và thánh,
> > Nhưng cũng ở với người ăn năn đau đớn và tâm linh khiêm nhường,
> Để làm tươi tỉnh tâm linh của người khiêm nhường,
> > Và làm tươi tỉnh tấm lòng người ăn năn đau đớn. (Ê-sai 57:15)

Theo Ê-sai 57:15, tấm lòng của Chúa, Đấng được tôn cao không thể tả, theo bản năng bị thu hút vào đâu? Vào những người khiêm nhường. Bảy trăm năm sau khi Ê-sai nói tiên tri, Chúa Giê-xu hiện ra và giãi bày tâm tính sâu thẳm của Ngài là "nhu mì và khiêm nhường", Ngài đang chứng minh một lần đủ cả rằng sự khiêm nhường nhu mì thật đúng là chỗ mà Ngài muốn ngự. Đó là việc Ngài làm. Đó là bản chất của Ngài. Đường lối Ngài không phải đường lối chúng ta.

Chương 18

Lòng Thương Mến

Lòng Ta mong mỏi nó.
Giê-rê-mi 31:20 (Bản Hiện Đại)

Đỉnh điểm lời tiên tri của Giê-rê-mi là chương 30–33. Học giả gọi đây là "Sách An ủi" vì trong các chương này, Đức Chúa Trời bày tỏ cho dân Ngài biết phản ứng cuối cùng của Ngài trước tình trạng tội lỗi của họ, đó không phải là điều họ đáng được nhận. Đang mong đợi bị phán xét, Ngài khiến họ ngạc nhiên bởi lời an ủi. Vì sao? Vì Ngài đã kéo họ vào lòng Ngài và họ không thể phạm tội theo ý họ nữa. Ngài bảo đảm với họ: "Ta đã yêu thương con bằng tình yêu vĩnh cửu" (Giê 31:3).

Sách an ủi xuất hiện ngay sau sự kiện gì? Hai mươi chín đoạn kể lại tình trạng tội lỗi dơ bẩn của Y-sơ-ra-ên. Xin trích dẫn một lời tuyên bố tiêu biểu trong các đoạn mở đầu ở đây:

"Ta sẽ tuyên án trừng phạt chúng về mọi điều gian ác." (1:16)

"Dân Ta đã lìa bỏ Ta." (2:13)

"Ngươi đã làm ô uế đất này bằng những trò dâm ô đồi truy." (3:2)

"Hỡi Giê-ru-sa-lem, ngươi còn dung túng những ý tưởng xấu xa trong lòng cho đến bao giờ?" (4:14)

"Nhưng lòng dân này bướng bỉnh và phản loạn" (5:23)

"Như giếng giữ cho nước mát thể nào, thì thành nầy cũng giữ gian ác mình thể ấy." (6:7)

Và tiếp tục qua suốt hai mươi chín chương. Rồi tiếp tục mặt khác của chương 30–33, phần còn lại của sách là lời phán xét các dân tộc.

Nhưng ở đây, ngay giữa sách, đỉnh điểm để từ đó nhìn thấy toàn bộ năm mươi hai chương sách, là Sách An ủi. Và chỉ trong bốn chương này, có lẽ câu Kinh thánh tóm lược hay nhất là 31:20.

> Chẳng phải Ép-ra-im là con yêu dấu của Ta,
> > Đứa con Ta rất mực yêu thương sao?
> Mỗi lần quở trách nó,
> > Ta vẫn còn nhớ nó lắm.
> Cho nên lòng Ta yêu mến nó;
> > Ta thương xót nó vô cùng. Đức Giê-hô-va phán vậy.

"Ép-ra-im" là một tên gọi khác chỉ về Y-sơ-ra-ên, dân sự của Chúa, dù có vẻ như đây là tên gọi thể hiện lòng yêu mến của Chúa dành cho Y-sơ-ra-ên xuyên suốt Cựu Ước. Chúa hỏi "Chẳng phải Ép-ra-im là con rất mực thương yêu của Ta sao?" Không phải Chúa đang thắc mắc. Đó là lời tuyên bố, mặc lấy tính nhẹ nhàng của một câu hỏi. Dân sự Chúa là "con yêu dấu" của Ngài, thậm chí là "con rất mực thương yêu" của Ngài. Giáo lý về Đức Chúa Trời của bạn có chỗ cho Ngài phán như vậy không?

Như Ngài nghiêm khắc quở trách dân sự trong hai mươi chín chương, "Dù Ta thường quở trách nó, nhưng Ta vẫn còn nhớ nó lắm". *Nhớ* ở đây không phải là khả năng hồi tưởng. Đây là Đức Chúa Trời. Ngài biết hết mọi sự. Ngài nắm giữ mọi sự thật về mọi điều thuộc mọi thời đại trong trí mình với sự hiểu biết toàn vẹn như nhau. *Nhớ* ở đây là ngôn ngữ giao ước. Nó chỉ về mối quan hệ. Nhớ ở đây không phải là không quên mà là không *từ bỏ*.

Rồi đến cao trào của câu Kinh thánh chính trong cả bốn chương trọng tâm của sách Giê-rê-mi: "Cho nên lòng Ta mong mỏi nó."

———

"Lòng Ta". Có một từ Hê-bơ-rơ khác chỉ về "tấm lòng" là *lev* (được phát âm là lāve), là từ Hê-bơ-rơ trong Cựu Ước về cơ bản chỉ "tấm lòng" (chẳng hạn như Ca 3:33: "Trong *thâm tâm*, Ngài không gây khổ đau"). Nhưng ở đây trong Giê-rê-mi 31 từ được dùng là *meah*. Theo nghĩa đen, từ này chỉ những gì ở bên trong của con người, tức ruột gan. Đó là lý do các bản dịch xưa như KJV dịch từ này là "lòng" (bowels). Đây là từ được dùng trong 2 Sa-mu-ên 20:10 chẳng hạn, khi Giô-áp đâm A-ma-sa "vào bụng, *ruột* đổ xuống đất".

Dĩ nhiên, Đức Chúa Trời không có ruột gan. Đó là cách Ngài nói về đáp ứng trong nơi sâu thẳm nhất, những bộ phận bên trong đang nổi sóng, những tình cảm sâu xa nhất của Ngài mà cảm xúc của chúng ta là hình ảnh phản chiếu chúng - nói tóm lại là tấm lòng của Ngài, theo cách dịch của bản văn. Calvin nhắc chúng ta rằng lòng hay tấm lòng của Đức Chúa Trời "không thật sự thuộc về Đức Chúa Trời", nhưng nó không hề làm suy giảm sự thật rằng Đức Chúa Trời đang thật sự truyền đạt "sự vĩ đại trong tình yêu của Ngài đối với chúng ta"[1].

Lưu ý bản văn nói tấm lòng của Ngài làm gì. "Lòng Ta *mong mỏi* nó". Mong mỏi là gì? Mong mỏi khác với ban phước hay cứu rỗi hay thậm chí là yêu mến. Từ Hê-bơ-rơ ở đây (*hamah*) có nghĩa gốc là bồn chồn hay bị khích động, hay thậm chí gầm gừ hay rống hay làm huyên náo lên hay gây ra hỗn loạn. Bạn có thấy điều Đức Chúa Trời đang bày tỏ về chính Ngài, điều Ngài đang nhấn mạnh không? Lòng yêu thương rộng lớn dành cho người thuộc về Ngài không bị đe doạ bởi tính hay thay đổi của họ, vì dốc đổ lòng Ngài là sự náo động của lòng khao khát thiên thượng. Và điều gì Đức Chúa Trời muốn thì Ngài sẽ có được.

Cho nên: "Ta thương xót nó vô cùng". Nếu bạn phải dịch câu này cho sát nghĩa, thì nó sẽ lọng cọng như thế này: "Đã thương xót rồi, Ta lại sẽ thương xót nó nữa". Đôi khi tiếng Hê-bơ-rơ lặp lại động từ hai lần để nhấn mạnh (cấu trúc này xuất hiện trước đó trong câu có chữ "nhớ"). Tấm lòng khao khát của Đức Chúa Trời giải cứu và lại giải cứu những tội nhân biết mình đang chết đuối trong dòng nước cống của cuộc đời họ, suốt hai mươi chín chương dài nêu lên nhu cầu cần sự giải cứu mà họ thậm chí còn không thể tự bắt đầu, đừng nói đến việc hoàn tất.

Bạn nhận biết Ngài là ai *qua* tội lỗi và sự chịu khổ của mình? Bạn nghĩ Đức Chúa Trời là ai - không phải chỉ trên lý thuyết mà trên thực tế? Ngài cảm thấy thế nào về bạn? Việc Ngài cứu chúng ta không phải

---

[1]John Calvin, *Commentaries on the Prophet Jeremiah and the Lamentations*, vol. 4, trans. J. Owen (repr., Grand Rapids, MI: Baker, 2003), 109.

việc lạnh lùng hay có tính toán. Đó là lòng mong mỏi - không phải mong mỏi con người bạn trên Facebook, không phải mong mỏi con người mà bạn thể hiện ra tất cả những người xung quanh. Không phải con người mà bạn ao ước trở thành. Ngài mong mỏi con người thật của bạn. Con người ẩn dưới mọi thứ bạn phô ra cho người khác.

Chúng ta cần phải hiểu rằng dù có bước đi với Chúa bao lâu đi nữa, dù chúng ta chưa từng đọc Kinh thánh hay có bằng tiến sĩ Kinh thánh đi nữa, thì chúng ta cũng có một sự kháng cự ương bướng đối với điều này. Sự thương xót tuôn ra từ tấm lòng của Ngài; còn từ lòng của chúng ta là sự miễn cưỡng nhận lãnh sự thương xót ấy. Chúng ta là những người lạnh lùng và tính toán, chứ không phải Ngài. Ngài mở rộng vòng tay. Chúng ta thẳng tay đẩy ra. Những suy nghĩ về tấm lòng của Đức Chúa Trời vốn bị gạn lọc cách tự nhiên của chúng ta có cảm giác đúng vì chúng ta nghiêm khắc với chính mình, không để cho bản thân chúng ta được cuốn vào Ngài cách dễ dàng. Những sự cứng rắn như thế tạo cảm giác nghiêm túc đúng đắn về đạo đức. Nhưng việc làm lệch đi lòng mong mỏi của Đức Chúa Trời như thế này không phản chiếu lời chứng của Kinh thánh về tình cảm của Ngài dành cho những người thuộc về Ngài. Dĩ nhiên, Đức Chúa Trời còn nghiêm túc về đạo đức hơn chúng ta nhiều. Nhưng Kinh thánh nắm tay chúng ta và dẫn chúng ta đi ra khỏi cảm giác cho rằng tấm lòng của Ngài dành cho chúng ta thay đổi tuỳ theo sự đáng yêu của chúng ta. Tấm lòng của Đức Chúa Trời làm tiêu biến những điều trực giác của chúng ta nghĩ về Ngài.

Thomas Goodwin trích dẫn Giê-rê-mi 31:20 rồi suy luận ra rằng nếu Đức Chúa Trời đúng là như vậy, thì Đấng Christ càng như vậy hơn nữa. Ông giải thích rằng bản văn như thế "có thể đem lại những niềm an ủi và khích lệ mạnh mẽ nhất" khi nhiều tội lỗi xuất hiện trong đời sống chúng ta:

> Trong việc tội lỗi của bạn khiến Đấng Christ động lòng trắc ẩn thay vì tức giận chứa đựng niềm an ủi... Đấng Christ ở với bạn và không hề bị khiêu khích chống nghịch bạn, vì mọi cơn giận của Ngài đều hướng về tội của bạn để huỷ diệt nó, nhưng lòng thương xót Ngài đối với bạn càng tăng thêm như tấm lòng người cha đối với đứa con mang chứng bệnh ghê tởm nào đó, hay như một người đối với một bộ phận trong cơ thể của mình bị bệnh phong hủi, người ấy không ghét chi thể ấy vì nó là thân thể của người ấy mà, nhưng ghét căn bệnh ấy và điều này

khiến người ấy cảm thương cho phần thân thể bị ảnh hưởng càng hơn. Khi chúng ta phạm tội với Đấng Christ và với chính mình, điều chúng ta đã làm đó sẽ biến thành động cơ khiến Ngài càng thương xót chúng ta hơn?[2]

Goodwin giải thích rằng lòng thương xót và trắc ẩn của chúng ta tương ứng với mức độ chúng ta yêu thương đối tượng đang chịu khổ. "Nỗi đau càng lớn, lòng thương xót càng nhiều khi đối tượng được yêu mến. Trong tất cả những nỗi khốn khổ, tội lỗi là điều khốn khổ nhất" và "Đấng Christ cũng sẽ nhìn sự việc như vậy". Vậy thì Ngài đáp ứng thế nào trước điều xấu xa như thế trong đời sống chúng ta? Và vì yêu thương con người bạn và chỉ ghét tội lỗi, nên lòng căm ghét của Ngài chỉ tấn công vào tội lỗi, để giải thoát bạn khỏi sự huỷ diệt và hư hại của tội lỗi, còn lòng yêu mến của Ngài dành cho bạn sẽ càng nhiều hơn và vẫn nhiều như vậy khi bạn ở dưới tội lỗi cũng như ở dưới bất kỳ sự đau khổ nào. Vì vậy, chớ sợ!"[3]

———

Một vài người trong chúng ta tách bạch tội lỗi ra khỏi sự đau khổ. Rốt cục, chúng ta đáng trách vì những tội mình đã phạm, còn sự đau khổ (phần lớn) chỉ đổ trên chúng ta trong thế giới bị sự sa ngã làm cho hư hoại mà thôi. Vì vậy, chúng ta thường gặp khó khăn hơn khi mong đợi Đức Chúa Trời tỏ lòng thương xót dịu dàng đối với tội lỗi chúng ta y như cách Ngài tỏ lòng thương xót với những đau khổ của chúng ta. Chắc chắn, tình yêu của Ngài tuôn tràn cách rộng rãi khi tôi bị đối xử tệ hơn là khi chính tôi phạm tội ư.

Nhưng hãy quan sát lô-gíc của Goodwin. Nếu tình yêu mãnh liệt có liên hệ đến mức độ đau khổ ở người Ngài yêu và nếu nỗi khổ lớn nhất của chúng ta là tình trạng tội lỗi, thì tình yêu mãnh liệt nhất của Đức Chúa Trời tuôn tràn ra cho chúng ta qua tình trạng tội lỗi của chúng ta. Goodwin nói, đúng, Đức Chúa Trời căm ghét tội lỗi. Và sự kết hợp giữa tình yêu dành cho chúng ta với sự căm ghét tội lỗi trở thành sự

---

[2]Thomas Goodwin, *The Heart of Christ* (Edinburgh: Banner of Truth, 2011), 155–56.

[3]Goodwin, *The Heart of Christ*, 156.

đảm bảo tuyệt đối nhất có thể rằng Ngài sẽ dõi theo chúng ta cho tới khi chúng ta nhận được sự giải phóng cuối cùng khỏi tội lỗi và sung sướng đắm mình trong tấm lòng vui thỏa mà Ngài dành cho chúng ta.

Thế giới đang thèm khát một tình yêu với lòng thương cảm, một tình yêu nhớ đến thay vì từ bỏ. Tình yêu không bị ràng buộc bởi sự đáng yêu của chúng ta. Tình yêu không lệ thuộc vào sự lộn xộn bừa bãi của chúng ta. Tình yêu lớn hơn bóng tối bao trùm mà có thể chúng ta đang đi qua ngày hôm nay. Tình yêu mà ngay cả mối tình lãng mạn đẹp đẽ nhất của con người cũng chỉ là những tiếng thì thầm yếu ớt nhất mà thôi.

Thế nhưng điều này có vẻ trừu tượng, như Giê-rê-mi nói về tấm lòng của Chúa - chủ quan, mềm yếu, cao tít tầng mây. Nhưng hãy nhớ vì sao Goodwin có thể đi từ tấm lòng của Đức Chúa Trời trong Giê-rê-mi đến tấm lòng của Đấng Christ. Nếu cái trừu tượng trở thành cái cụ thể thì sao? Nếu tấm lòng của Chúa không phải chỉ là điều gì đó từ trời giáng xuống trên chúng ta, mà là điều xuất hiện giữa vòng chúng ta trên đất này thì sao? Nếu chúng ta nhìn thấy tấm lòng của Đức Chúa Trời không phải qua những lời một vị tiên tri nói với chúng ta, mà qua một vị tiên tri nói với chúng ta Vị ấy chính *là* Đức Chúa Trời - hiện thân của mọi điều Chúa muốn nói với chúng ta thì sao?

Trong Giê-rê-mi 31:20 – "lòng Ta mong mỏi nó" - nếu những lời này mặc lấy xác thịt, thì chúng sẽ như thế nào?

Chúng ta thắc mắc. Có vẻ như người thợ mộc ở Trung Đông đã phục hồi giá trị của con người, phục hồi sức khoẻ và lương tâm con người thông qua những sự chữa lành, những lời đuổi quỷ, những lời dạy dỗ, những cái ôm và sự tha thứ.

Còn bây giờ, chúng ta bắt đầu nhìn thấy giải pháp cho sự căng thẳng mà Giê-rê-mi 31:20 đã tạo nên, một sự căng thẳng cực độ suốt cả Cựu Ước, sự căng thẳng ngày càng tăng, ngày càng rõ nét - căng thẳng giữa công bằng thiên thượng và lòng thương xót thiên thượng. Ở đây, Đức Chúa Trời nói "Ta quở trách nó" nhưng Ngài cũng nói "Ta vẫn còn nhớ nó lắm". Bản cáo trạng *và* tình yêu, công bằng *và* thương xót – lặp đi lặp lại ở đây, như chúng ta nhìn thấy xuyên suốt Cựu Ước.

Nhưng ở cao trào của lịch sử nhân loại, sự công bằng được thoả mãn hoàn toàn và cùng lúc lòng thương xót được tuôn đổ cách đầy trọn khi Cha sai "Con yêu dấu" và "con rất mực yêu thương" đời đời của Ngài lên thập tự giá của người La Mã, nơi Đức Chúa Trời thật đã "quở trách nó", nơi Chúa Giê-xu Christ đổ huyết ra, người vô tội vì kẻ có tội, để Đức Chúa Trời có thể nói về chúng ta rằng "Ta vẫn còn nhớ nó lắm". Ngay cả khi Ngài phải từ bỏ chính Chúa Giê-xu.

Trên thập tự giá, chúng ta thấy điều Đức Chúa Trời đã làm để thoả đáp mong mỏi của Ngài dành cho chúng ta. Ngài còn đi xa hơn thế. Ngài đi hết con đường. Sự dạt dào chan chứa trong lòng thiên đàng đã được rót vào thập hình của Đấng Christ.

Hãy ăn năn về những ý nghĩ quá nhỏ bé của bạn về tấm lòng của Đức Chúa Trời. Hãy ăn năn và để Ngài yêu bạn.

Chương 19

Giàu Lòng Thương Xót

Nhưng Đức Chúa Trời, là Đấng giàu lòng thương xót...
Ê-phê-sô 2:4

Các tác phẩm của Thomas Goodwin đến với chúng ta trong 12 quyển, mỗi quyển hơn năm trăm trang, với phông chữ nhỏ và được viết dày đặc. Toàn bộ quyển 2 dành để nói về Ê-phê-sô đoạn 2. Quyển này là một chuỗi các bài giảng và khi đến câu 4 thì Goodwin đi chậm lại, đưa ra một số bài giảng về câu Kinh thánh này:

> Nhưng Đức Chúa Trời, là Đấng giàu lòng thương xót, vì yêu chúng ta bằng tình yêu cao cả...

Câu 1 đến câu 3 cho chúng ta lý do cần được cứu: chúng ta chết về tâm linh. Câu 5 và 6 cho chúng ta biết được cứu là gì: là Đức Chúa Trời làm cho chúng ta sống lại. Nhưng còn câu 4, câu ngay chính giữa, cho chúng ta biết tại sao Chúa cứu chúng ta. Câu 1–3 nêu vấn đề, câu 5–6 là giải pháp và câu 4 là lý do Đức Chúa Trời thật sự bắt đầu giải quyết vấn đề thay vì để mặc chúng ta.

Lý do đó là gì? Đức Chúa Trời không nghèo lòng thương xót. Ngài giàu lòng thương xót.

Không có chỗ nào khác trong Kinh thánh mô tả Đức Chúa Trời giàu có về điều gì cả. Điều duy nhất Ngài được gọi là *giàu* là: lòng thương xót. Điều này có nghĩa là gì? Có nghĩa là Đức Chúa Trời khác hơn điều chúng ta thường nghĩ về Ngài. Có nghĩa là đời sống Cơ Đốc là tiến trình suốt đời gột rửa những ý nghĩ hờ hững về lòng nhân từ của Đức Chúa Trời. Trong sự công bằng, Đức Chúa Trời đòi hỏi, trong sự thương xót, Ngài tuôn đổ. "Ngài giàu có với tất cả; tức là Ngài vô hạn, tràn đầy lòng nhân từ, Ngài nhân từ đến mức hoang phí, Ngài nhân từ đến mức tuôn đổ sự giàu có, Ngài nhân từ đến mức dồi dào"[1]. Cựu Ước hai lần nhắc đến động từ "thương xót" trong Giê-rê-mi 31:20 thế nào, thì Tân Ước cũng gọi Đức Chúa Trời là Đấng "giàu lòng thương xót" thể ấy.

Qua các chương gần đây, chúng ta đã xem xét các đoạn Kinh thánh Cựu Ước báo trước phân cảnh về lịch sử nhân loại ở Ma-thi-ơ 11:29 và ở mỗi ngã rẽ trong bốn sách Phúc Âm, bây giờ chúng ta quay trở lại với Tân Ước để xem xét vài chương sách cuối cùng trong quyển sách này của chúng ta.

Ê-phê-sô 2:4 chép "Đức Chúa Trời, *là* Đấng giàu lòng thương xót..." *Là*, chứ không phải *đang trở nên*. Một lời khẳng định như thế dẫn chúng ta vào tận sâu thẳm trái tim của Đấng Sáng Tạo, vào Nơi Chí Thánh của thiên đàng, phía sau bức màn bên trong, phơi bày cho chúng ta ngay tâm điểm đầy sức sống của chính bản chất của Đức Chúa Trời. "Ngài là nguồn của mọi sự thương xót... đó là điều tự nhiên đối với Ngài... Đó là bản chất và tâm tính của Ngài, vì khi Ngài bày tỏ lòng thương xót, Ngài làm điều đó bằng hết cả tấm lòng"[2]. Đây là lý do Ngài *yêu thích* sự nhân từ (Mi 7:18).

Đó là lý do Đa-vít xưng nhận trong lời cầu nguyện với Đức Chúa Trời rằng lòng thương xót Ngài bày tỏ cho ông là "theo ý muốn Ngài" (1 Sử 17:19). Ngài là nguồn của sự thương xót. Ngài là tỉ phú của đồng tiền thương xót và việc chúng ta thối lui khi phạm tội trong đời sống làm cho sự giàu có của Ngài càng thêm lên chứ không giảm đi.

Làm sao như vậy được? Bởi vì sự thương xót là bản chất của Ngài. Nếu thương xót là điều gì đó Ngài chỉ sở hữu, còn bản chất sâu xa của Ngài là một điều gì khác, thì sự thương xót Ngài ban phát sẽ có giới hạn. Nhưng nếu lòng thương xót là bản chất của Ngài, thì để Ngài tuôn đổ sự thương xót là để Ngài hành động theo bản chất của Ngài. Đơn giản là để Ngài là Đức Chúa Trời. Khi Đức Chúa Trời bày tỏ lòng thương xót, là Ngài đang hành động đúng với chính Ngài. Một lần nữa, điều này không có nghĩa là Ngài *chỉ* có lòng thương xót. Ngài cũng hoàn

---

[1]Thomas Goodwin, *The Works of Thomas Goodwin*, 12 vols. (repr., Grand Rapids, MI: Reformation Heritage, 2006), 2:182.

[2]Goodwin, *Works*, 2:179.

toàn công bình và thánh khiết. Ngài nổi cơn thịnh nộ trước tội lỗi và tội nhân là đúng đắn. Tuy nhiên, theo lời Kinh thánh nói về Đức Chúa Trời, những thuộc tính về tiêu chuẩn đạo đức này không phản chiếu tận đáy lòng Ngài.

Câu Kinh thánh tiếp tục kết hợp bản chất giàu lòng thương xót với tình yêu bao la của Đức Chúa Trời: "Đức Chúa Trời, là Đấng giàu lòng thương xót, bởi Ngài nhờ yêu chúng ta bằng tình yêu cao cả…" Hãy xem điều Goodwin nói:

> Chỗ nào bởi mặc định hoặc bởi nghi ngờ có thoáng nói đến chuyện liệu Đức Chúa Trời có phân rẽ khỏi hay từ bỏ người nào thuộc về Ngài hay không, thì anh sẽ thấy rằng Ngài sẽ quẳng nó đi với sự phẫn nộ tột độ, tình yêu của Ngài quá lớn… Ngài phán với ghê tởm tột độ rằng không nên có ý nghĩ như thế trong Đức Chúa Trời… Ngài đầy dẫy tình yêu đối với dân Ngài đến nỗi Ngài sẽ không nghe điều gì ngược lại… Phải, tình yêu của Ngài mạnh đến nỗi nếu có bất kỳ lời buộc tội nào - nếu bất kỳ lúc nào tội lỗi hay ma quỷ đến cáo buộc, thì nó thúc đẩy Ngài ban phước. Tình yêu của Ngài quá dào dạt, quá quyết liệt đến nỗi Ngài nắm lấy cơ hội để ban phước càng hơn. [3]

Khi Kinh thánh nói đến "tình yêu cao cả mà Ngài yêu chúng ta", chúng ta cần phải thấy điều Goodwin đang giúp chúng ta hiểu ra. Tình yêu của Chúa không phải là sự chịu đựng, nhẫn nại hay kiên nhẫn. Dù Đức Chúa Trời thật sự có chịu đựng chúng ta, nhưng tình yêu của Ngài sâu sắc hơn và tích cực hơn. Tình yêu Ngài lớn lao vì khi người được Ngài yêu bị lâm nguy, thậm chí bị lâm nguy vì sự điên rồ của chính họ, thì tình yêu của Chúa càng cuộn trào. Chúng ta hiểu điều này trên bình diện con người: tình yêu của người cha trên đất càng cuộn dâng thêm khi ông thấy con mình bị buộc tội hoặc bị đau đớn, cho dù sự cáo buộc ấy đúng hay sự đau đớn ấy là xứng đáng. Tình thương được phục hồi ấy càng sục sôi trong lòng.

Và đó là lúc cần đến lòng thương xót. Như Goodwin nhắc đi nhắc lại trong một bài giảng của mình dựa trên Ê-phê-sô 2:4, Ngài yêu chúng ta bằng tình yêu "không phai tàn".[4] Khi tình yêu dâng lên, thì lòng thương xót giảm xuống. Tình yêu cao cả lấp đầy lòng Ngài, lòng thương xót dư dật tuôn tràn từ tấm lòng Ngài.

---

[3] Goodwin, *Works*, 2:176.
[4] Goodwin, *Works*, 2:170–80.

Có lẽ tất cả điều này có vẻ hơi trừu tượng. Rốt cục, lòng thương xót và tình yêu thương là những ý niệm khá rỗng. Chúng nghe rất hay nhưng chúng thật sự có ý nghĩa gì vào những ngày thứ Hai buồn chán, trong những lúc nản lòng của ngày thứ Tư, vào những đêm thứ Sáu cô đơn, hay sáng thứ Chúa Nhật tẻ nhạt?

Hai ý nghĩ có thể giúp ích, một ý nghĩ liên hệ đến nhu cầu cần lòng thương xót dư dật này, ý nghĩ còn lại liên hệ đến hiện thân của lòng thương xót dư dật này.

Trước tiên là nhu cầu cần lòng thương xót dư dật. Ê-phê-sô 2:4 là một nhánh rẽ của một dòng sông hùng vĩ chảy ngang qua sáu đoạn của Ê-phê-sô. Và phần gây đau đớn ở ngay thượng nguồn của 2:4 là như vầy:

> Anh em đã chết vì những vi phạm và tội lỗi của mình, là những gì mà anh em đã từng theo đuổi khi sống theo cách của thế gian, thuận theo kẻ cầm quyền chốn không trung, là thần hiện đang hành động trong những con cái không vâng phục. Tất cả chúng ta đều ở trong số nầy, đã có lần sống theo những dục vọng của xác thịt, theo đuổi các đam mê của xác thịt và tâm trí. Như vậy, theo bản chất tự nhiên, chúng ta là con của sự thịnh nộ như mọi người khác. (2:1–3)

Đấng Christ không được sai đến để làm cho người bị thương được bình phục, đánh thức người đang ngủ, khuyên nhủ người bối rối, truyền cảm hứng cho người chán nản, thúc hối người biếng nhác, hay giáo dục người ngu dốt, mà để kêu người chết sống lại.

Hãy xem ảnh hưởng bao quát của ba câu này. Phao-lô không nói đến tội lỗi theo cách chúng ta thường nói: "Tôi đã làm rối tung cả lên", "Tôi phạm sai lầm". "Tôi đang tranh chiến với..."; Phao-lô nhận biết tội lỗi là dòng chảy toàn diện, bao trùm và không thể ngăn lại trong đời sống chúng ta. Tội lỗi chúng ta không giống người đàn ông khoẻ mạnh thỉnh thoảng vấp ngã, mà giống người mắc bệnh từ đầu tới chân - hay nói theo ngôn ngữ nghiêm trọng của Ê-phê-sô là giống người chết.

Chúng ta đang bước theo Sa-tan ("vua cầm quyền chốn không trung") cho dù chúng ta không biết. Chúng ta không chỉ đầu hàng quyền lực của ma quỷ, mà quyền lực ấy có ở trong chúng ta – "thần hiện đang hành động *trong* con cái không vâng phục". Chúng ta là "con của sự thịnh nộ theo bản chất tự nhiên". Cơn thịnh nộ của Chúa là điều gì đó quá xứng đáng đến đỗi chúng ta chính là con cái của nó. Chúng ta không chỉ thỉnh thoảng sảy chân rơi vào những đam mê của xác thịt, mà chúng ta "sống trong" những đam mê này. Nó là không khí chúng ta thở. Nước đối với cá như thế nào, thì sự xấu xí quá đỗi của dục vọng đối với chúng ta cũng như vậy. Chúng ta hít vào sự khước từ Đức Chúa Trời và thở ra sự tự huỷ diệt và sự đoán phạt đáng dành cho chúng ta. Bên dưới những nụ cười tại cửa hàng bách hoá và những lời chào hỏi vui vẻ với người đưa thư, chúng ta đang bình thản đặt Cái Tôi lên ngai và móc bỏ đi vẻ đẹp, phẩm giá và sự thờ phượng của linh hồn mà vì những điều đó chúng được tạo nên. Tội lỗi không phải là điều chúng ta ngã vào; tội lỗi quyết định sự tồn tại của chúng ta từng giây phút ở mức độ hành động, lời nói, tư tưởng và thậm chí ước muốn - "theo đuổi các đam mê của xác thịt và tâm trí". Chúng ta không chỉ sống trong tội lỗi; chúng ta còn tận hưởng nếp sống tội lỗi. Chúng ta muốn sống trong tội lỗi. Đó là tài sản chúng ta nâng niu, là chiếc nhẫn Gollum của chúng ta, là niềm vui dài lâu của chúng ta. Tóm lại, chúng ta đã chết. Hoàn toàn bất lực. Sự bất lực đó chính là điều mà lòng thương xót của Chúa chữa lành.

"Đó không phải là mô tả về tôi!", bạn bảo thế. Tôi lớn lên trong một gia đình tuân giữ luật pháp. Chúng tôi đi nhà thờ. Tôi sống đàng hoàng, đứng đắn tôi chưa từng bị bắt. Tôi lịch sự với hàng xóm láng giềng. Nhưng hãy xem điều Phao-lô nói: "...*tất cả chúng ta* đều đã từng sống theo những dục vọng của xác thịt".

Chắc chắn không đúng rồi! Đây là ông Phao-lô trước kia là người Pha-ri-si, người giữ luật pháp để chấm dứt mọi kẻ giữ luật pháp, "là người Hê-bơ-rơ con của người Hê-bơ-rơ; về luật pháp, tôi là một người Pha-ri-si; về lòng sốt sắng, tôi là kẻ bắt bớ hội thánh; về sự công chính theo luật pháp thì tôi không chỗ trách được" (Phil 3:5–6). Làm sao ông có thể tự kể mình trong số những người chìm đắm trong những dục vọng của xác thịt được? Ngoài ra, không có điều nào trong những điều này là lời ông tự mô tả về mình một lần mà thôi. Nhiều lần trong Công Vụ, cũng như ở Phi-líp 3, Phao-lô mô tả đời sống trước kia của ông là "nghiêm ngặt về luật pháp của tổ tiên" (Công 26:5), hay "phái nghiêm khắc nhất trong tôn giáo chúng tôi" (Công 26:5), ngay từ lúc còn trẻ (Công 26:4). Thế mà ở Ê-phê-sô 2 và Tít 3, ông một lần nữa nhận biết nếp sống xưa kia của mình là "ngu muội, không vâng phục, bị lừa dối, [nô dịch] cho đủ thứ dục vọng và lạc thú" (Tít 3:3). Vậy thì đó là nếp sống nào vậy?

Cách duy nhất để lý giải hợp lý hai phân đoạn này là hiểu rằng chúng ta có thể giải toả những dục vọng xác thịt bằng cách phá vỡ mọi luật lệ hoặc bằng cách vâng giữ mọi luật lệ, nhưng cả hai cách giải tỏa này đều cần sự sống lại. Chúng ta có thể là những con người chết vì vô đạo, hoặc chết về mặt đạo đức. Theo cách nào đi nữa thì chúng ta cũng là người chết.

Lòng thương xót của Đức Chúa Trời cúi xuống và rửa sạch không chỉ những con người rõ ràng là xấu xa, mà cả những người tốt giả, cả hai đều cần sự sống lại.

Đức Chúa Trời giàu lòng thương xót. Ngài không rút lại lòng thương xót đối với những tội nhân này, còn gia ơn thương xót cho những tội nhân khác. Vì thương xót là bản chất của Ngài - "giàu lòng thương xót" - lòng Ngài trào dâng sự thương xót đối với mọi tội nhân không trừ một ai. Lòng thương xót của Ngài trội hơn cả sự chết chóc của linh hồn và sự hiện hữu vô nghĩa, kiểu dở sống dở chết mà tất cả chúng ta mang lấy từ lúc sinh ra.

Lòng thương xót ở Ê-phê-sô 2:4 dường như không còn quá xa xôi và trừu tượng khi chúng ta cảm nhận được sức nặng của tội lỗi mình.

———

Thứ hai, hiện thân của lòng thương xót dư dật.

Sự giàu có của lòng thương xót thiên thượng trở nên thật đối với chúng ta không chỉ khi chúng ta thấy được bản chất hư hoại của mình, mà còn khi chúng ta thấy dòng sông thương xót tuôn chảy từ tấm lòng Ngài mang dáng dấp của một con người. Có lẽ ý niệm lòng thương xót của Chúa có vẻ trừu tượng, nhưng nếu lòng thương xót ấy trở thành điều chúng ta có thể thấy được, có thể nghe được và đụng chạm được thì sao?

Đó là điều đã xảy ra trong sự nhập thể. Khi Phao-lô nói đến sự cứu rỗi của Đấng Christ hiện ra, ông nói: "Khi ân điển hiện ra..." (Tít 2:11).

Ân điển và lòng thương xót của Đức Chúa Trời liên hệ chặt chẽ và được bày tỏ qua chính Chúa Giê-xu, đến nỗi nói đến sự hiện ra của Đấng Christ là nói đến sự bày tỏ ân điển. Sibbes viết: "Đấng Christ không có gì ngoài ân điển thuần khiết mặc lấy bản chất của chúng ta"[5].

Cho nên, khi nhìn vào chức vụ của Đấng Christ trong bốn sách Phúc Âm, chúng ta thấy "giàu lòng thương xót" nghĩa là gì - "giàu lòng thương xót" được bày tỏ như thế nào, liên hệ đến tội nhân ra sao, hướng đến người chịu khổ như thế nào. Chúa Giê-xu không chỉ chứng tỏ rằng Đức Chúa Trời giàu lòng thương xót bằng cách lên thập tự giá và chết thế chúng ta để bảo đảm sự thương xót đó. Chúa Giê-xu cũng cho chúng ta thấy Đức Chúa Trời thật sự giàu lòng thương xót và bày tỏ lòng thương xót như thế nào.

Nói cách khác, tình yêu của Chúa "không thể nào bị đánh bại" (nói theo cách của Goodwin) vì sự đến của Đấng Christ. Sau này trong Ê-phê-sô đoạn 2 câu 6, Phao-lô nói hiện nay chúng ta được ngồi với Đấng Christ trên thiên đàng. Điều đó có nghĩa là nếu bạn ở trong Đấng Christ, thì đời đời bạn cũng không thể bị đánh bại giống như Ngài vậy. Sibbes nói "Hễ Đấng Christ được tự do thoát khỏi điều gì, thì tôi được tự do thoát khỏi điều đó. Nó không thể làm tôi đau, y như chuyện bây giờ trên thiên đàng nó cũng không thể làm Ngài đau"[6]. Để Đức Chúa Trời không khiến bạn sống lại, để Ngài chấm dứt lòng thương xót dư dật của mình, thì chính Chúa Giê-xu phải bị lôi xuống khỏi thiên đàng và đặt trở lại vào nấm mồ của Giô-sép người A-ri-ma-thê. Bạn được an toàn đến vậy đó!

———

Hãy xem sự giàu có của lòng thương xót Ngài cho chính cuộc đời bạn.

Ngài không gặp bạn nửa chừng. Chính bản chất của Ngài là giao chiến với sự chết và đem lại sự sống. Ngài đã làm điều đó cách dứt

[5]Richard Sibbes, The Church's Riches by Christ's Poverty, trong The Works of Richard Sibbes, ed. A.B Grosat, 7 vols. (Edinburgh: Banner of Truth, 1983), 4:518.

[6]Sibbes, Works, 4:504.

khoát một lần đủ cả khi bạn tin Chúa, nhưng Ngài tiếp tục làm điều đó mỗi khi bạn phạm tội và hành động điên rồ. Goodwin giảng: "Sau khi được gọi, sao chúng ta lại chọc tức Đức Chúa Trời được! Với tất cả Cơ Đốc nhân cũng vậy... Nhưng [chúng ta] được cứu, vì tình yêu của Đức Chúa Trời không thể bị đánh bại, mà vượt mọi trở ngại"[7].

Có lẽ nhìn vào bằng chứng trong đời sống bạn, bạn không biết phải kết luận gì ngoài việc cho rằng lòng thương xót của Đức Chúa Trời trong Đấng Christ đã bỏ quên bạn. Có lẽ bạn bị ngược đãi thậm tệ. Bị hiểu lầm. Bị phản bội bởi chính người mà lẽ ra bạn có thể tin cậy. Bị ruồng bỏ. Bị lợi dụng. Có lẽ bạn mang nỗi đau mà đến chết cũng sẽ không bao giờ lành. Bạn có thể nghĩ rằng *nếu cuộc đời tôi có bằng chứng nào về lòng thương xót của Đức Chúa Trời trong Đấng Christ, thì tôi chẳng ấn tượng gì với bằng chứng ấy.*

Tôi xin nói với bạn rằng bằng chứng cho thấy lòng thương xót của Đấng Christ đối với bạn không phải là cuộc đời bạn. Bằng chứng cho thấy lòng thương xót của Ngài đối với bạn là cuộc đời của Ngài - bị ngược đãi, bị hiểu lầm, bị phản bội, bị từ bỏ. Mãi mãi. Thế chỗ của bạn.

Nếu Đức Chúa Trời sai chính Con Ngài đi qua thung lũng của sự bị kết án, của sự bị khước từ và của địa ngục, thì trên đường về thiên đàng, bạn có thể tin cậy Ngài khi đi qua những thung lũng của chính bạn .

Có lẽ bạn khó tiếp nhận lòng thương xót dư dật của Đức Chúa Trời trong Đấng Christ không phải vì điều người khác làm cho bạn, mà vì điều bạn làm để phá hoại cuộc đời mình, có thể là qua một quyết định quan trọng nhưng dại dột, hoặc có thể là qua cả tỉ quyết định nhỏ. Bạn đã lãng phí lòng thương xót của Ngài và bạn biết điều đó.

Tôi xin nói với bạn rằng bạn có biết Chúa Giê-xu làm gì với những người phí phạm lòng thương xót của Ngài không? Ngài tuôn đổ ơn thương xót càng thêm. Đức Chúa Trời giàu lòng thương xót. Đó là tất cả ý tôi muốn nói.

Cho dù chúng ta bị người khác đối xử tệ hay chính chúng ta phạm tội dẫn đến chúng ta phải chịu khổ đau, thì Kinh thánh vẫn nói Đức

---

[7]Goodwin, *Works*, 2:175.

Chúa Trời không dè xẻn lòng thương xót mà mở rộng vòng tay, không tần tiện nhưng hào phóng, không nghèo ngặt nhưng giàu có.

Chúa giàu lòng thương xót nghĩa là những nỗi xấu hổ và hối tiếc sâu kín nhất không phải là khách sạn để lòng thương xót thiên thượng đi ngang qua, mà là những ngôi nhà nơi lòng thương xót thiên thượng trú ngụ.

Điều đó có nghĩa là những việc về bạn khiến bạn khúm núm nhất sẽ khiến Ngài ôm bạn chặt hơn.

Điều đó có nghĩa là lòng thương xót của Ngài không tính toán hay cẩn trọng, như lòng thương xót của chúng ta. Lòng thương xót Ngài không giới hạn, như nước lũ, tràn qua, hào hiệp.

Điều đó có nghĩa là nỗi hổ thẹn ám ảnh chúng ta không phải là nan đề đối với Ngài, mà đó chính là những điều Ngài thích giải quyết nhất.

Điều đó có nghĩa là tội lỗi của chúng ta không làm cho tình yêu của Ngài bị tổn hại. Tội lỗi chúng ta khiến tình yêu Ngài càng gia tăng hơn nữa.

Điều đó có nghĩa là vào ngày đó, khi chúng ta đứng trước mặt Ngài, yên lặng, thong thả, chúng ta sẽ khóc vì được nhẹ lòng, vì sốc khi thấy quan điểm của mình về sự giàu lòng thương xót của Chúa nghèo nàn biết bao.

Chương 20

Lòng Nhờ Cậy Vào Việc Tuân Giữ Luật Pháp Của Chúng Ta, Lòng Rộng Rãi Của Ngài

Con Đức Chúa Trời, là Đấng đã yêu tôi...
Ga-la-ti 2:20

Có hai cách sống nếp sống Cơ Đốc nhân. Bạn có thể sống *vì* tấm lòng của Đấng Christ, hoặc sống *bởi* tấm lòng của Đấng Christ. Bạn có thể sống vì nụ cười của Đức Chúa Trời hay sống bởi nụ cười ấy. Vì nhân dạng mới là con của Đức Chúa Trời hoặc bởi nhân dạng ấy. Vì sự hiệp nhất của bạn với Đấng Christ hoặc từ sự hiệp nhất ấy.

Cuộc chiến của đời sống Cơ Đốc nhân là để đặt chính lòng của bạn cho thẳng hàng với tấm lòng của Đấng Christ, tức là thức dậy mỗi sớm mai và thay thế tư duy tôi là người mồ côi bằng tư duy tôi được nhận vào gia đình của Đức Chúa Trời và được tự do nhờ công tác của Đấng Christ, là người anh của bạn, Đấng yêu bạn và hy sinh sự sống vì bạn bắt nguồn từ sự tuôn đổ cách đầy trọn tấm lòng nhân từ của Ngài.

Hãy hình dung một bé trai mười hai tuổi lớn lên trong một gia đình lành mạnh, đầy tình thương. Khi trưởng thành, dù cha mẹ không có lỗi gì nhưng cậu vẫn nhận ra mình nỗ lực tìm cách tự trấn an mình về địa vị của mình trong gia đình. Tuần này, cậu cố làm ra một tờ giấy khai sinh mới cho chính mình. Tuần tiếp theo, cậu quyết định dành toàn bộ thời gian rảnh lau chùi nhà bếp cho sạch. Tuần sau nữa, cậu làm tất cả những gì có thể để bắt chước cha mình. Ngày kia, cha mẹ cậu hỏi sao cậu lại hành động lạ lùng thế. "Con chỉ làm tất cả những gì con có thể để đảm bảo vị trí của con trong gia đình thôi cha mẹ à!" Cha cậu sẽ trả lời thế nào? "Bình tĩnh nào con trai yêu của cha! Không điều gì con làm có thể cho con một vị trí trong gia đình mình cả. Con là con của cha mẹ. Chấm hết. Ngay từ đầu, con đã chẳng làm gì để bước vào trong gia đình mình và bây giờ con cũng không thể làm gì để bước ra khỏi gia đình mình. Hãy sống và nhớ rằng quyền làm con là chắc chắn và không thể thay đổi."

Mục đích của chương này, qua việc suy ngẫm sách Ga-la-ti, là làm cho tấm lòng của Đấng Christ tác động đến khuynh hướng thâm căn cố đế của chúng ta để chúng ta bỏ ý nghĩ cho rằng sự vâng phục của chúng ta củng cố tình yêu của Đức Chúa Trời. Chúng ta hành xử như cậu bé mười hai tuổi kia. Và Cha chúng ta đáp ứng bằng tình yêu sửa dạy.

───────

Sách Ga-la-ti dạy rằng chúng ta được làm hoà với Đức Chúa Trời dựa trên việc Đấng Christ đã làm, chứ không phải dựa trên việc chúng ta làm. Cho nên, giúp sức cho Phúc Âm là đánh mất Phúc Âm. Nhưng trọng tâm của thư tín này không phải là ở việc khi mới tin Chúa là chúng ta hiểu được điều đó, mà ở chỗ chúng ta dễ bị lạc ra khỏi địa vị là tín nhân đó như thế nào. Câu hỏi gây lúng túng của Phao-lô là: "Anh em đã bắt đầu với Thánh Linh, sao bây giờ lại kết thúc bằng xác thịt?" (Ga 3:3). Sứ điệp trọng tâm của sách Ga-la-ti là sự tự do trong ân điển và tình yêu của Đức Chúa Trời không chỉ là cánh cổng mà còn là con đường dẫn đến nếp sống Cơ Đốc.[1]

Trong diễn tiến của thư, Phao-lô giải thích giáo lý sự xưng công bình bởi đức tin để giúp người Ga-la-ti sống nếp sống Cơ Đốc lành mạnh. Sự xưng công bình tiêu biểu cho phương diện khách quan của sự cứu rỗi. Nhưng Phao-lô cũng nói đến phương diện chủ quan của sự cứu rỗi, tình yêu của Đấng Christ, như khi nói "Con Đức Chúa Trời,

───────────────

[1]Luther đặc biệt nói rõ điều này trong quyển chú giải Ga-la-ti khá nổi tiếng của ông. Martin Luther, *Galatians*, Crossway Classic Commentaries, ed. A. McGrath and J. I. Packer (Wheaton, IL: Crossway, 1998).

Đấng đã yêu tôi và hy sinh sự sống vì tôi" chẳng hạn (2:20). Đời sống
Cơ Đốc lành mạnh được xây dựng trên khía cạnh khách quan lẫn chủ
quan của Phúc Âm - sự xưng công chính xuất phát từ công tác của
Đấng Christ và tình yêu tuôn đổ từ tấm lòng Đấng Christ.

Nhưng cả hai có liên quan với nhau. Vào tháng Ba năm 1767, mục
sư và tác giả Thánh ca John Newton đã viết một lá thư cho một người
bạn như sau:

> Lẽ nào thỉnh thoảng bạn không cảm thấy kinh ngạc vì bạn có nhiều hy
> vọng đến mức, dù bạn nghèo nàn và thiếu thốn, nhưng Chúa vẫn nghĩ
> về bạn? Nhưng đừng để những cảm xúc đó khiến bạn chán nản. Vì nếu
> vị Y sĩ của ta toàn năng, thì căn bệnh không làm ta tuyệt vọng và nếu
> Ngài không bỏ một ai đến với Ngài ra ngoài, thì tại sao bạn phải lo sợ?
> Ta phạm nhiều tội, nhưng lòng thương xót Ngài càng nhiều hơn: tội
> ta lớn lắm, nhưng sự công bình Ngài còn lớn hơn: ta yếu đuối, nhưng
> Ngài mạnh mẽ. Hầu hết những lời than phiền của ta là vì ta vô tín, còn
> những lời than phiền còn lại là vì tinh thần luật pháp.²

Lưu ý cách Newton nói đến việc "dù bạn nghèo và thiếu thốn, nhưng
Chúa vẫn nghĩ về bạn", và việc (nói đến Giăng 6:37, được nghiên cứu
trước đây trong chương 6) "Ngài không bỏ ra ngoài một người nào đến
với Ngài". Ở đây, Newton đang hiểu được tấm lòng của Đấng Christ.
Hãy xem điều ông chẩn đoán là nguyên nhân chính của sự chống đối
những lời bảo đảm này: "tinh thần luật pháp". Đó là cách nói đến sự
công bình bởi việc làm hay chủ nghĩa luật pháp ở thế kỷ mười tám,
khuynh hướng thâm căn cố để nhưng tinh vi khi tìm cách dùng việc
làm của mình để có được ân huệ của Đấng Christ.

Newton giúp chúng ta thấy rằng lý do chúng ta chỉ hiểu lờ mờ về
tấm lòng của Đấng Christ ấy là chúng ta mù quáng hành động theo
tinh thần luật pháp. Chúng ta không thấy mình có khuynh hướng tự
nhiên hành động theo việc làm đến mức nào. Nhưng điều này giết chết
nhận thức của chúng ta về tấm lòng của Đấng Christ đối với mình vì
tinh thần luật pháp làm chúng ta không còn ý thức về tấm lòng của
Ngài. Hãy nghĩ đến lỗ thông hơi trong phòng ngủ nối với lò sưởi nhà
bạn. Nếu bạn đóng lỗ thông hơi vào ngày mùa đông lạnh giá, thì sức

---

²John Newton, *Cardiphonia*, trong The Works of John Newton, 2 vols. (New York:
Robert Carter, 1847), 1:343.

nóng sẽ luân chuyển khắp các ống dẫn trong nhà bạn, nhưng bạn sẽ không cảm nhận được hơi ấm vì bạn đóng lỗ thông hơi. Mở lỗ thông hơi làm cho căn phòng tràn ngập hơi ấm. Sức nóng đã có và chờ được toả ra. Nhưng bạn lại không nhận được.

Sách Ga-la-ti tồn tại để mở những chiếc lỗ thông hơi của tấm lòng chúng ta để cảm nhận được ân điển của Đức Chúa Trời.

———

Nhưng chẳng phải tình yêu và ân điển là điều khá cơ bản sao? Chẳng phải Cơ Đốc nhân chúng ta đã biết điều này rồi sao?

Phải và không phải. Trong Ga-la-ti 3:10, Phao-lô có nói một việc ấn tượng mà dễ bỏ qua. Bản Anh ngữ cho chúng ta biết rằng "còn ai nhờ cậy vào công việc của luật pháp thì bị rủa sả". Câu Kinh thánh tiếp tục giải thích rằng đó là vì nếu chúng ta tìm cách để được xưng công bình nhờ việc làm của mình, thì chúng ta sẽ phải sống toàn hảo. Một khi chúng ta đăng ký đi theo giải pháp cứu rỗi nhờ luật pháp, thì thất bại nhỏ nhất cũng phá hỏng toàn bộ kế hoạch.

Chúng ta hãy xem ý Phao-lô là gì khi ông nói "tất cả những ai nhờ cậy vào công việc của luật pháp thì bị rủa sả" (3:10). Câu Kinh thánh này hiểu theo nghĩa đen có nghĩa là: "Bao nhiêu người đi theo việc làm của luật pháp thì bấy nhiêu người ở dưới một lời rủa sả". "Nhờ cậy" vào việc lành của mình là cách dịch hay, nhưng hãy xem "việc làm" là gì (Phao-lô sử dụng cùng cụm từ này trong Rô 9:32 khi nói đến việc Y-sơ-ra-ên theo đuổi luật pháp "của việc làm"). Phao-lô không nói là những người *làm* việc thì ở dưới sự rủa sả. Ông nói rằng những người thiên về việc làm thì ở dưới sự rủa sả. Chắc chắn có sự trùng lặp ở đây và làm việc cũng được kể đến ở mức độ nào đó. Nhưng ông nói đến bản chất *của việc làm*.

Phao-lô đang phơi bày bản chất sâu xa của chúng ta. Không phải là bạn đồng ý điều gì về giáo lý? Nhưng là bản chất của bạn là gì? Nhờ cậy việc làm không phải là thiếu sót. Đó là bước sai hướng. Đó là một loại tinh thần nào đó, tinh thần của chủ nghĩa luật pháp.

Theo thời gian, khi Phúc Âm thấm nhuần ngày càng nhiều hơn và chúng ta càng lội sâu hơn trong tấm lòng của Đấng Christ hơn bao giờ hết, thì một trong những chiếc vỏ bên ngoài đầu tiên của nếp sống cũ mà Phúc Âm xuyên thủng là *làm* việc để được chấp nhận. Nhưng còn có một mức độ khác sâu hơn, mức độ bản năng cũng phải được phá đổ và lột bỏ. Chúng ta có thể trải qua cả một ngày nói rất hùng hổ về tính phù phiếm của việc làm việc lành để vừa lòng Chúa, trong khi vẫn nói điều đúng xuất phát từ tấm lòng "thuộc về việc làm". Và bản chất "thuộc về việc làm" của chúng ta không chỉ phản ánh sự kháng cự đối với giáo lý xưng công chính bởi đức tin nhưng sâu xa hơn là sự kháng cự chính tấm lòng của Đấng Christ.

———

Vì cớ sự sa ngã, trong tâm tưởng chúng ta giống như một nhà máy sản xuất gần như không ngừng sự ngu dại của việc tạo ảnh hưởng từ mối quan hệ, sự căng thẳng, việc ghi lại điểm số, những nỗi lo lắng làm ta mưng mủ, là sự ngu dại không phải ở lời chúng ta nói cũng không phải là điều gì đó chúng ta nói hoặc tỏ ra. Bạn có thể "ngửi thấy" nó trong người khác, dù một số trong chúng ta rất giỏi che giấu. Còn nếu bạn truy nguyên nguồn của sự hối hả nhốn nháo này, trong mọi cách thể hiện khác nhau của nó, đến tận gốc rễ, thì bạn sẽ không tìm được những khó khăn thời thơ ấu hoặc mẫu cá tính của Myers-Briggs hay cơ chế tự vệ của tâm lý theo Freud. Bạn thấy sự thiếu hụt Phúc Âm. Bạn thấy thiếu sự cảm biết tấm lòng của Đấng Christ. Tất cả mọi lo lắng và tình trạng có vấn đề cùng sự oán giận là kết quả tự nhiên của cách sống trong thế giới luật pháp. Tình yêu của Đấng Christ mà chúng ta cảm nhận được thật sự đem đến sự an nghỉ, sự đầy đủ, sự thịnh vượng, sự bình an - sự tĩnh tại hiện sinh đến ở trên bạn trong những khoảnh khắc ngắn ngủi, lành mạnh của Phúc Âm và để cho bạn bước vào từ cơn giông bão của tinh thần việc làm. Trong chốc lát, bạn thấy rằng trong Đấng Christ bạn thật sự không thể đánh bại. Lời phán quyết đã được đưa ra; không gì có thể đụng đến bạn. Ngài khiến bạn thuộc riêng về Ngài và sẽ không bao giờ ném bạn ra ngoài.

Sống với sự kháng cự tấm lòng Đấng Christ trong tiềm thức bị luật pháp nung nấu, điều mà tất cả chúng ta đều thường nghĩ rằng mình đang tránh được (những người Ga-la-ti ngu muội), chính là điều khó hiểu, tinh vi và có tính lan tràn. Nó lan tràn hơn những khoảnh khắc của sự xưng công bình bởi việc làm mà ta tự ý thức được. Những lúc tự nhận thức về mình thật sự là món quà ân điển và không nên xem thường. Nhưng chúng chỉ là cái chỏm thấy được của tảng băng không thấy được. Chúng chỉ là những biểu hiện bề mặt. Về mặt bản chất, tinh thần của chủ nghĩa luật pháp, tinh thần nhờ cậy vào việc làm, là tinh thần không thể nhận ra được vì nó là điều hết sức tự nhiên, chứ không phải bất thường đối với chúng ta. Nó làm ta cảm thấy bình thường. "Tinh thần dựa vào việc làm" đối với con người sa ngã giống như nước đối với cá.

Còn Phúc Âm nói gì? Phúc Âm để những lời sau vào miệng mỗi chúng ta: "Con Đức Chúa Trời... đã yêu tôi và phó chính mình Ngài vì tôi". Lòng Ngài dành cho *tôi* khiến Ngài không thể ngồi yên trên thiên đàng. Tội lỗi chúng ta làm cho chúng ta không cảm nhận được tấm lòng nhân từ của Ngài, nhưng tấm lòng Ngài đối với dân sự Ngài không thể bị thu bé lại vì tội lỗi của họ, như sự tồn tại của mặt trời không thể bị đe doạ vì một vài dải mây mỏng bay qua hay thậm chí một cơn bão lớn. Mặt trời vẫn chiếu sáng mà không thể ngưng chiếu. Có mây, hay không có mây - có tội, hay không có tội - tấm lòng dịu dàng của Con Đức Chúa Trời vẫn chiếu sáng trên tôi. Đây là tình yêu kiên định.

Và sự dạy dỗ của cả Tân Ước ấy là: chính ánh mặt trời của tấm lòng Đấng Christ, chứ không phải đám mây tội lỗi của tôi, định nghĩa tôi là ai. Khi chúng ta được kết hiệp với Đấng Christ, hình phạt Ngài mang trên thập tự giá trở thành hình phạt của tôi. Nói cách khác, sự phán xét vào ngày tận thế chờ đợi toàn nhân loại đã được cất đi đối với những ai ở trong Đấng Christ. Những người ở trong Đấng Christ chúng ta không còn nhìn về tương lai để chờ sự phán xét, nhưng nhìn về quá khứ; tại thập tự giá, chúng ta thấy hình phạt của mình đã xảy ra, mọi tội lỗi của chúng ta đều đã bị hình phạt thông qua Chúa Giê-xu. Cho nên, những người được yêu thương và phục hồi sẽ chơi lá bài chủ, bỏ xa và nuốt chửng con người chưa được phục hồi trong bạn. Không phải điều ngược lại.

Nếp sống Cơ Đốc chỉ là tiến trình làm cho ý thức về bản thân, Nhân Dạng viết hoa chữ N, cái tôi, thế giới nội tâm đang xoay tít của tâm trạng hốt hoảng cáu kỉnh phát xuất từ sự thiếu hụt Phúc Âm đó trở nên phù hợp với lẽ thật căn bản hơn. Phúc Âm là lời mời để cho tấm lòng của Đấng Christ làm lòng bạn dịu lại, để bạn vui mừng vì bạn đã được tìm thấy, được tiếp nhận, được đem vào. Chúng ta có thể đem nếp sống đạo đức lúc lên lúc xuống của mình vào chịu phục sự bền vững ổn định của những gì Chúa Giê-xu cảm nhận về chúng ta.

Chúng ta là tội nhân. Chúng ta phạm tội - không chỉ tội trong quá khứ mà cả trong hiện tại, không chỉ bởi sự bất vâng phục mà còn bởi sự vâng phục "theo tinh thần việc làm". Chúng ta kiên trì kháng cự không để cho Đấng Christ yêu chúng ta. Nhưng như Flavel nói: "Vì sao bạn phải trở thành kẻ thù của sự bình an của chính mình như thế? Tại sao bạn lại đọc qua những bằng chứng về tình yêu Ngài dành cho linh hồn bạn...? Tại sao bạn học lẩn tránh và từ bỏ những tiện nghi dành cho bạn?"[3]

Qua Phúc Âm, chúng ta được tự do nhận lấy những tiện nghi thuộc về mình. Đừng từ bỏ chúng. Hãy mở chiếc van của tấm lòng để đón nhận tình yêu của Đấng Christ, Đấng đã yêu bạn và phó chính mình vì bạn.

Tấm lòng nhờ cậy vào việc tuân giữ luật pháp của chúng ta thư thái khi chúng ta hiểu tường tận tấm lòng hào phóng của Ngài dành cho chúng ta.

---

[3]John Flavel, *Keeping the Heart: How to Maintain Your Love for God* (Fearn, Scotland: Christian Focus, 2012), 94.

Chương 21

Ngài Đã Yêu Chúng Ta; Ngài Vẫn Sẽ Yêu Chúng Ta

Đức Chúa Trời tỏ lòng yêu thương Ngài đối với chúng ta...
Rô-ma 5:8

Tin rằng Đức Chúa Trời cất bỏ và tha thứ tất cả những thất bại ngày xưa khi chúng ta chưa được tái sinh là một chuyện. Đó là điều kỳ diệu của lòng thương xót, lòng thương xót bao la không thể tả được; nhưng rốt cục thì đó cũng chỉ là những tội chúng ta phạm khi vẫn còn trong tối tăm. Chúng ta chưa trở nên tạo vật mới, chưa được ban năng lực tươi mới để bước đi trong sự sáng và tôn cao Chúa bằng đời sống mình.

Tin rằng Đức Chúa Trời tiếp tục, như Ngài vẫn tự do, cất bỏ mọi thất bại hiện tại của chúng ta sau khi đã được tái sinh lại là chuyện khác.

Là tín hữu ngày nay, có lẽ chúng ta biết Đức Chúa Trời yêu mình. Chúng ta thật lòng tin điều đó. Nhưng nếu phải xem xét kỹ hơn cách chúng ta thật sự liên hệ từng giây phút một với Cha - là điều thể hiện quan điểm thần học thật sự của chúng ta, cho dù chúng ta nói mình tin điều gì trên lý thuyết đi nữa - nhiều người trong chúng ta có khuynh hướng nghĩ rằng đó là một tình yêu bị nhiễm thất vọng. Ngài yêu chúng ta nhưng đó là tình yêu bị xao động. Chúng ta thấy Ngài nhìn xuống chúng ta bằng tình yêu của người làm cha nhưng lại hơi nhíu mày: "Sao chúng vẫn cứ thiếu hụt nhiều đến vậy sau khi Ta đã làm tất cả cho chúng?" chúng ta hình dung Ngài thắc mắc như thế. Chúng ta hiện đang phạm tội "cùng sự sáng", những người Thanh giáo sẽ nói thế. Chúng ta biết lẽ thật và về bản chất, lòng chúng ta đã được biến đổi, mà chúng ta vẫn cứ thất bại. Đôi vai của linh hồn vẫn trì xuống trong sự hiện diện của Đức Chúa Trời. Một lần nữa, đó là hậu quả của việc tưởng rằng Đức Chúa Trời cũng có sức yêu y như chúng ta vậy. Chúng ta không biết tường tận tấm lòng của Ngài.

Và đó là lý do vì sao Rô-ma 5:6–11 có mặt trong Kinh thánh:

> Đang khi chúng ta còn yếu đuối thì đúng kỳ hạn Đấng Christ chịu chết vì kẻ có tội. Thật khó cho ai chịu chết thay cho một người công chính, họa hoằn lắm mới có người dám chết thay cho một người lương thiện. Nhưng Đức Chúa Trời bày tỏ lòng yêu thương của Ngài đối với chúng ta, khi chúng ta còn là tội nhân thì Đấng Christ đã chết thay cho chúng ta. Vậy bây giờ chúng ta đã nhờ huyết Ngài được xưng công chính rồi, thì hẳn chúng ta sẽ càng nhờ Ngài mà được cứu khỏi cơn thịnh nộ của Đức Chúa Trời càng hơn. Vì nếu khi chúng ta là kẻ thù nghịch mà nhờ sự chết của Con Ngài, chúng ta còn được hòa giải với Đức Chúa Trời thì huống chi nay đã được hòa giải rồi, chúng ta lại càng được cứu nhờ sự sống của Con Ngài là dường nào. Không những thế, chúng ta lại còn vui mừng trong Đức Chúa Trời bởi Chúa chúng ta là Đức Chúa Giê-xu Christ, nhờ Ngài mà bây giờ chúng ta nhận được sự hòa giải.

Lương tâm của một Cơ Đốc nhân là lương tâm nhạy cảm. Vì chúng ta biết Đức Chúa Trời là Cha, vì đôi mắt chúng ta đã được mở ra để nhìn thấy sự chống nghịch Đấng tạo dựng nên mình, nên chúng ta cảm nhận sâu xa hơn bao giờ hết tình trạng xấu xa của tội lỗi. Thất bại khiến linh hồn khép nép hơn bao giờ hết. Và vì vậy, theo sau phân đoạn nói về niềm vui trong những phước hạnh về sự cứu chuộc nhân từ của Chúa dành cho tội nhân (Rô 5:1–5), Phao-lô dừng lại để thuyết phục chúng ta làm thế nào chúng ta có thể được bảo đảm về sự hiện diện và ân huệ của Chúa (5:6–11).

Trong Rô-ma đoạn 5, không ít hơn ba lần trong phân đoạn thứ hai này, Phao-lô đại khái nói cùng một điều:

> Đang khi chúng ta còn yếu đuối, thì đúng kỳ hạn Đấng Christ chịu chết vì kẻ có tội. (5:6)
>
> Khi chúng ta còn là tội nhân, thì Đấng Christ đã chết thay cho chúng ta. (5:8)

Nếu khi chúng ta là kẻ thù nghịch mà nhờ sự chết của Con Ngài... (5:10)

Phát biểu lẽ thật này theo kiểu ngược lại: Chúa Giê-xu không chết cho chúng ta khi chúng ta trở nên mạnh mẽ (5:6); Ngài không chết cho chúng ta khi chúng ta bắt đầu chiến thắng tình trạng tội lỗi của mình (5:8); Đức Chúa Trời không hoà giải với chúng ta khi chúng ta đã trở nên thân thiết với Ngài (5:10).

Đức Chúa Trời không đáp ứng nhu cầu của chúng ta giữa chừng. Ngài không chịu giữ lại, thận trọng, đánh giá giá trị của chúng ta. Đó không phải tấm lòng của Ngài. Ngài và Con Ngài đã hành động trước. Chỉ bởi ân điển và ân điển mà thôi. Bất chấp điều chúng ta đáng phải nhận. Bất chấp những nụ cười và phép lịch sự của mình, chúng ta đang chạy trốn Đức Chúa Trời càng xa càng tốt, xây dựng vương quốc của chính mình và yêu mến vinh quang của riêng mình, tận hưởng những lạc thú giả dối của thế gian, bị đánh bại bởi vẻ đẹp của Đức Chúa Trời và bịt tai trước tiếng gọi quay về của Ngài - chính lúc ấy, trong nỗi khiếp sợ trống trải về sự hiện hữu gây kinh sợ đó, Vua của thiên đàng đã chào tạm biệt các thiên sứ yêu quý. Đó chính là lúc Ngài tự đặt mình vào bàn tay giết người của chính những kẻ nổi loạn trong chiến lược thiên thượng được hoạch định từ trước vô cùng để rửa sạch những tội nhân lấm bùn và ôm họ vào lòng, cho dù họ cố gắng vặn vẹo để thoát ra và tự kỳ cọ cho mình được sạch. Đấng Christ đã đi vào chỗ chết - Warfield gọi đó là "sự tình nguyện chịu đựng nỗi thống khổ không thốt nên lời"[1] - trong khi chúng ta vỗ tay. Chúng ta vô tâm đến thế là cùng. Chúng ta yếu đuối. Là những tội nhân. Là kẻ thù.

Chỉ sau khi Đức Thánh Linh tuôn đổ vào lòng chúng ta thì chúng ta mới chợt nhận ra rằng: Ngài đã trải qua sự chết *của tôi*. Ngài không chỉ chết. Ngài còn bị kết tội. Ngài không chỉ rời thiên đàng vì tôi; Ngài còn cam chịu địa ngục vì tôi. Không đáng bị định tội, nhưng Ngài đã say sưa thế chỗ tôi - kẻ đáng phải chịu. Đó là tấm lòng của Ngài. Và giống như ly nước lạnh cho môi miệng đang khát, Ngài tuôn đổ Thánh Linh vào linh hồn trống rỗng của tôi để tôi được kinh nghiệm thật sự về tình yêu của Đức Chúa Trời (câu 5).

---

[1] B. B. Warfield, *The Person and Works of Christ* (Oxford, UK: Benediction Classics, 2015), 134.

Mục đích của sứ mạng giải cứu từ thiên đàng là gì? "Đức Chúa Trời
bày tỏ lòng yêu thương Ngài đối với chúng ta..." (câu 8). Từ Hy Lạp "bày
tỏ" ở đây có nghĩa là giới thiệu cách rõ ràng, đưa ra, làm cho thấy rõ,
trình bày cách chắc chắn. Qua sự chết của Đấng Christ, Đức Chúa Trời
đối đầu với những ý nghĩ đen tối của chúng ta về Ngài, đối đầu với lời
khẳng định vốn ăn sâu vào tiềm thức chúng ta rằng tình yêu của Chúa
hẳn phải có điểm dừng, có giới hạn, điểm mà tới đó thì cuối cùng tình
yêu ấy sẽ khô kiệt đi. Đấng Christ đã chết để phá huỷ những giả định
mang tính trực giác của chúng ta cho rằng tình yêu thiên thượng có
ngày kết thúc. Ngài đã chết để chứng tỏ rằng tình yêu của Đức Chúa
Trời là "đại dương không đáy"[2] theo cách nói của Jonathan Edwards.
Tình yêu của Ngài là vô hạn, như chính Ngài vậy. Đó là lý do vì sao sứ
đồ Phao-lô nói tình yêu thiên thượng là một thực tại mà "chiều rộng,
chiều dài, chiều cao và chiều sâu" của nó không thể dò thấu được (Êph
3:18) - điều duy nhất trong vũ trụ không thể dò được như thế là chính
Đức Chúa Trời. Tình yêu của Ngài cũng bao la như chính Ngài.

Nếu Đức Chúa Trời thôi không yêu người thuộc về Ngài, thì Ngài
phải thôi không hiện hữu nữa, vì Đức Chúa Trời không chỉ có tình yêu,
mà Ngài là tình yêu (1 Giăng 4:16). Qua sự chết của Đấng Christ vì
những tội nhân chúng ta, Đức Chúa Trời muốn cho thấy tình yêu của
Ngài dành cho chúng ta là điều không còn nghi ngờ gì nữa.

———

Đây là tin tức tuyệt vời nhất trong lịch sử thế giới. Nhưng dù vậy,
đây không phải là gánh nặng chính của Phao-lô từ câu 6 đến câu 11.
Ông tìm kiếm điều khác.

Ý cơ bản Phao-lô muốn giải thích trong Rô-ma 5:6–11 là gì? Chủ yếu
không phải là công việc của Chúa trong quá khứ. Ý sâu xa của Phao-lô
là sự bảo an ninh của chúng ta trong hiện tại, dựa trên việc làm trong
quá khứ ấy. Ông nêu lên công tác của Đấng Christ trong quá khứ để giải
thích ý này: nếu Đức Chúa Trời ngày trước đã làm việc đó, khi chúng ta

---

[2]Jonathan Edwards, "That God Is the Father of Lights", trong *The Blessing of God:
Previously Unpublished Sermons of Jonathan Edwards*, ed. Michael McMullen (Nashville,
TN: Broadman, 2003), 350.

còn dở hơi và chẳng mảy may quan tâm đến Ngài, thì bây giờ chúng ta lo lắng về điều gì? Ý trọng tâm của các câu 6 đến 11 được thể hiện qua chữ "vì" của câu 9 trong bản Anh ngữ (lưu ý cách cả phân đoạn xoay quanh ý này): "Vậy, *vì* bây giờ chúng ta đã nhờ huyết Ngài được xưng công chính rồi" - và bây giờ chúng ta thấy được mối bận tâm chính của Phao-lô - "thì hẳn chúng ta sẽ càng nhờ Ngài mà được cứu khỏi cơn thịnh nộ của Đức Chúa Trời càng hơn". Câu 10 còn nhấn mạnh rõ hơn: "Vì nếu khi chúng ta là kẻ thù nghịch mà nhờ sự chết của Con Ngài, chúng ta còn được hoà giải với Đức Chúa Trời" - và nhắc lại ý ông muốn nói – "thì huống chi nay đã được hoà giải rồi, chúng ta lại càng được cứu nhờ sự sống của Con Ngài là dường nào".

Cách nói đến việc được "cứu" trong câu 9 và câu 10 hướng về sự cứu rỗi cuối cùng, không phải thời điểm tin Chúa trên đất này, mà là bước vào sự hiện diện của Đức Chúa Trời trong đời sau. Phao-lô đang muốn nói rằng không thể được xưng công chính thật sự lúc cải đạo nếu Đức Chúa Trời không chịu trách nhiệm về chúng ta cho đến khi vào thiên đàng. Cải đạo không phải sự bắt đầu mới mẻ. Cải đạo, sự tái sinh thật sự, là sự đảm bảo sự bất khả chiến bại cho tương lai chúng ta. Chúng ta là kẻ thù của Đức Chúa Trời mà Ngài còn Ngài đến với chúng ta và xưng công chính cho chúng ta; thì Đức Chúa Trời sẽ chăm sóc chúng ta nhiều đến dường nào khi hiện nay chúng ta là bạn của Ngài - thật ra là con cái Ngài? Như John Flavel nói: "Bởi lúc đầu Đức Chúa Trời không chọn bạn vì bạn cao quý, thì bây giờ Ngài sẽ không từ bỏ bạn vì bạn thấp hèn"[3].

Thật dễ mà chúng ta, những người đã được hiệp nhất với Đấng Christ, thắc mắc Đức Chúa Trời nghĩ gì về chúng ta khi chúng ta thất bại. Chuỗi lý luận của Rô-ma 5 là: Qua Con Ngài, Ngài đến gần chúng ta khi chúng ta thù ghét Ngài. Lẽ nào Ngài lại xa cách khi bây giờ chúng ta hy vọng có thể làm vui lòng Ngài?

Ngài thiết tha chịu khổ vì chúng ta khi chúng ta thất bại, khi chúng ta mồ côi. Liệu Ngài có khoanh tay đứng nhìn chúng ta thất bại khi chúng ta là con nuôi của Ngài?

---

[3]John Flavel, *Keeping the Heart: How to Maintain Your Love for God* (Fearn, Scotland: Christian Focus, 2012), 43.

Lòng Ngài nhu mì và khiêm nhường đối với chúng ta khi chúng ta còn hư mất. Liệu tấm lòng Ngài đối với chúng ta có thay đổi không khi đã tìm được chúng ta?

Đang khi chúng ta còn... Ngài đã yêu chúng ta khi chúng ta ở trong tình trạng lộn xộn. Ngài sẽ yêu chúng ta với tình trạng lộn xộn của chúng ta trong hiện tại. Nỗi đau của chúng ta khi phạm tội là kết quả khi được nhận làm con nuôi. Chúng ta không phải lo lắng vì tấm lòng giá lạnh. Chúng ta không phải là chúng ta ngày xưa nữa.

Khi bạn phạm tội, hãy thành thật ăn năn. Hãy căm ghét tội lỗi lại từ đầu. Hãy dâng chính mình một lần nữa cho Đức Thánh Linh và đường lối thánh khiết của Ngài. Nhưng hãy khước từ tiếng thì thầm của ma quỷ rằng tấm lòng nhu mì của Chúa đối với bạn đã trở nên lạnh giá hơn, chai cứng hơn. Tội lỗi của bạn không làm cho Ngài bối rối. Ngài vô cùng thất vọng khi bạn có những suy nghĩ lạnh nhạt về tấm lòng của Ngài. Đấng Christ đã chết để công bố cho bạn tình yêu của Đức Chúa Trời.

Nếu bạn ở trong Đấng Christ - và chỉ có linh hồn ở trong Đấng Christ mới thấy khó chịu khi xúc phạm đến Ngài - thì tính ương ngạnh bướng bỉnh của bạn không đe doạ địa vị của bạn trong tình yêu của Ngài cũng như tự thân lịch sử không thể bị phá huỷ vậy. Phần khó nhất đã được hoàn tất. Đức Chúa Trời đã thực hiện mọi việc cần thiết để bảo đảm cho bạn niềm vui đời đời và Ngài đã làm điều đó khi bạn còn mồ côi. Không điều gì có thể đánh mất quyền làm con của bạn trong hiện tại. Ngay cả bạn cũng không làm được việc đó. Những ai ở trong Đấng Christ mãi mãi được giam hãm trong lòng nhu mì của Đức Chúa Trời. Trong đời sau chúng ta sẽ ít phạm tội hơn hiện nay, nhưng trong đời sau chúng ta sẽ không được an toàn hơn hiện tại. Nếu bạn được kết hiệp với Đấng Christ, bạn đã tốt y như khi ở thiên đàng vậy. Spurgeon có giảng như vầy:

> Đấng Christ đã yêu bạn trước khi tạo dựng tất cả, trước khi sao mai phát ra tia sáng xuyên qua màn đêm, trước khi cánh thiên thần vỗ trong thinh không vô định, trước khi chút gì đó trong công trình sáng tạo vật lộn từ trong tử cung của cõi hư vô, thì Đức Chúa Trời, chính Đức Chúa Trời của chúng ta, đã hướng lòng Ngài về mọi con cái Ngài. Kể từ đó, có lần nào Ngài đổi hướng, có lần nào Ngài ngoảnh mặt, có lần nào Ngài thay đổi chưa? Chưa lần nào! Những ai đã nếm trải tình

yêu của Ngài và biết ân điển Ngài sẽ làm chứng với tôi rằng Ngài là người bạn chắc chắn trong những hoàn cảnh không chắc chắn...

Bạn thường từ bỏ Ngài, có bao giờ Ngài bỏ bạn không? Bạn gặp nhiều khó khăn thử thách, có bao giờ Ngài bỏ bạn không? Có bao giờ Ngài lạnh lùng với bạn và không tỏ lòng thương xót dành cho bạn không? Không! Hỡi con cái Đức Chúa Trời, trách nhiệm thiêng liêng của bạn là trả lời "Không!" và làm chứng về sự thành tín của Ngài.[4]

---

[4]Charles Spurgeon, "A Faithful Friend", trong *Sermons of C.H. Spurgeon* (New York: Sheldon, Blakeman, 1857), 13–14.

Chương 22

Cho Đến Cùng

Ngài đã yêu thương những người thuộc về mình trong thế gian thì cứ yêu thương cho đến cuối cùng.

Giăng 13:1

Bunyan đã viết: "Tình yêu nơi Đấng Christ không phai tàn, cũng không thể bị cám dỗ phai tàn bởi bất kỳ điều gì đang xảy ra hoặc sẽ xảy đến sau đó nơi đối tượng được yêu"[1]. Những gì chúng ta đang thấy trong vài chương đã qua đó là: Tấm lòng của Đấng Christ dành cho tội nhân và những người đau khổ không thỉnh thoảng hay nhất thời lóe lên sự dịu dàng. Đức nhu mì và khiêm nhường của Ngài là bản chất bền vững, nhất quán, đời đời của Đấng Christ, khi mọi điều dễ thương trong chúng ta đã phai tàn.

Làm sao chúng ta biết?

Chúng ta biết vì Giăng 13:1 có chép và vài chương cuối của cả bốn ký thuật Phúc Âm đều kể lại: Chúa Giê-xu bước lên vách đá cheo leo của thập tự mà không đổi ý. Ngài bước qua vực sâu của nó.

Về mặt tỷ lệ thì Phúc Âm của Giăng nói nhiều về tuần lễ cuối cùng trong cuộc đời của Chúa Giê-xu hơn các Phúc Âm khác. Và chính câu đầu của đoạn 13 khơi mào cho phần mở rộng cuối cùng của Phúc Âm này. Lời Giăng khẳng định rằng Chúa Giê-xu yêu người thuộc về Ngài cho đến cùng mở màn phần tường thuật về sự thương khó, sự buộc tội và đóng đinh Đấng Christ, là minh chứng lịch sử cho bản tóm tắt ngắn gọn trong Giăng 13:1. Còn ý của Giăng trong 13:1 là khi lên thập tự

---

[1]John Bunyan, *The Saints' Knowledge of the Love of Christ*, trong *The Works of John Buyan*, ed. G. Offor, 3 vols. (repr., Edinburgh: Banner of Truth, 1991), 2:17.

giá, Chúa Giê-xu không giữ lại điều gì cho chính mình, cách chúng ta thường làm khi cố gắng yêu thương người khác với lòng hy sinh. Ngài không yêu như chúng ta.

Chúng ta yêu cho đến khi bị phản bội. Chúa Giê-xu tiếp tục lên thập tự giá dù bị bội phản. Chúng ta yêu cho đến khi bị bỏ rơi. Chúa Giê-xu yêu dù bị bỏ rơi.

Chúng ta yêu đến một giới hạn nào đó. Chúa Giê-xu yêu cho đến cùng.

───────

Với cụm từ "cho đến cùng" này, Giăng 13:1 muốn nói điều gì với tội nhân và người chịu đau khổ? Đây là ý tương tự với nửa đầu của Rô-ma 5 mà chúng ta đã nghiên cứu trong chương trước. Ở Rô-ma 5 trọng tâm mang tính khách quan hơn, khi Phao-lô triển khai giáo lý về sự xưng công chính từ Rô-ma 3 cho đến cuối Rô-ma 5. Còn ở đây trong Phúc Âm của Giăng, chúng ta thấy một lời đảm bảo tương tự, nhưng chủ quan hơn, tập trung vào tình yêu của Chúa Giê-xu. Rô-ma 5 cho chúng ta biết từ bỏ chúng ta là vi phạm tiêu chuẩn công bằng của Đức Chúa Trời. Giăng 13 cho chúng ta biết từ bỏ chúng ta khiến lòng Ngài tan vỡ.

Kinh thánh chép:

> Trước lễ Vượt Qua, Đức Chúa Giê-xu biết giờ Ngài phải rời thế gian này để trở về với Cha đã đến. Ngài đã yêu thương những người thuộc về mình trong thế gian thì cứ yêu thương cho đến cuối cùng. (Giăng 13:1)

Chúa Giê-xu biết rằng đây là phần mở đầu cho đoạn cuối của Ngài. Ngài đang bước vào chương cuối cùng và trũng sâu nhất trong chức vụ của Ngài trên đất. Ngài "biết giờ Ngài phải rời thế gian này để trở về với Cha đã đến". Sau đó, Giăng dừng lại vài phút để suy ngẫm và nhìn lại chức vụ của Chúa Giê-xu, rồi hướng đến tuần lễ cuối cùng. Khi nhìn lại, Giăng nói, Chúa Giê-xu "đã yêu thương những người thuộc về mình trong thế gian". Hướng về tương lai thì "cứ yêu thương cho đến cùng".

Chức vụ của Ngài cho đến thời điểm này hết sức khắc nghiệt - về thể xác, Ngài mệt mỏi và đói bụng; về mối liên hệ, bị hiểu lầm và bị ngược đãi bởi gia đình và bạn bè; với công chúng, Ngài bị dồn vào chân tường và bị buộc tội bởi nhóm người quyền lực về tôn giáo. Nhưng tất cả những điều này là gì so với điều đang chờ đợi Ngài? Cơn mưa phùn lạnh lẽo có là gì so với việc chết đuối? Bị lớn tiếng sỉ nhục có là gì khi bạn đang trên đường đến nơi xử trảm?

Để suy ngẫm chính xác điều sắp xảy đến. Chúa Giê-xu đã thực hiện ý muốn của Cha không chút do dự. Nhưng từ đầu đến cuối, Ngài biết Cha vui lòng về Ngài và yêu mến Ngài. Điều đó đã được công bố (Mat 3:17; 17:5). Bây giờ thì cơn ác mộng kinh khủng nhất sẽ tác động mạnh đến Ngài. Chính địa ngục - không phải ẩn dụ, mà là trong thực tế, nỗi kinh hoàng khi bị kết tội, bóng tối và sự chết - đang há miệng ra.

Điều gì *đã xảy ra* tại thập tự giá cho những ai xưng mình là người được hưởng lợi từ nó?

Dĩ nhiên, đây là điều nằm ngoài sự hiểu biết có tính toán. Một đứa trẻ ba tuổi không thể hiểu nổi đau bị "cắm sừng" của người phối ngẫu. Chúng ta lại càng không hiểu được việc Đức Chúa Trời khiến cho hình phạt cho mọi tội lỗi của con dân Ngài đều chất trên chỉ một người có nghĩa là gì. Nhưng suy ngẫm về cảm xúc của chúng ta đối với kẻ gây ra hành động lạm dụng nào đó không thể tưởng tượng được đối với một nạn nhân vô tội chẳng hạn sẽ giúp ta nếm trải cảm xúc của Đức Chúa Trời đối với Đấng Christ khi Ngài, là A-đam cuối cùng, chết thế cho tội lỗi của dân Chúa. Cơn giận công chính của con người mà chúng ta cảm nhận – sự thịnh nộ mà nếu chúng ta *không* cảm nhận thì chúng ta đã sai - là giọt nước giữa đại dương của sự thịnh nộ công bình mà Cha giáng xuống.

Rốt cục, Đức Chúa Trời trừng phạt Chúa Giê-xu không phải vì tội của chỉ một người mà của nhiều người. Khi Ê-sai nói về người đầy tớ mà "Đức Chúa Trời đã làm cho tội lỗi của tất cả chúng ta đều chất trên người" (Ê-sai 53:6), thì hẳn phải có nghĩa gì? Việc Đấng Christ nuốt lấy sự bại hoại dồn chứa, sự tự đặt mình lên ngôi, lòng thù ghét Đức Chúa Trời một cách bản năng của người được chọn nghĩa là gì? Tổng cộng toàn bộ cơn thịnh nộ công bình từ Chúa được phát ra không phải chỉ vì tội của một người mà là "tội lỗi của tất cả chúng ta" đều giáng xuống trên một linh hồn hẳn phải là gì?

Đó chỉ là suy đoán, nhưng bản thân tôi thì tôi không thể tin rằng sự đau đớn tột cùng về thể xác giết chết Đấng Christ. Sự tra tấn thể xác có là gì so với sức nặng hết mức của cơn thịnh nộ chất chồng hàng thế kỷ? Cả núi của những nỗi kinh hoàng chất đầy? Làm thế nào Chúa Giê-xu giữ được tâm lý minh mẫn khi hứng chịu toàn bộ hình phạt cho mọi ý nghĩ và việc làm theo dục vọng bắt nguồn từ tấm lòng của con dân Chúa - mà đó chỉ là một tội trong vô số tội? Có lẽ chính nỗi tuyệt vọng hoàn toàn đã khiến Ngài tan vỡ đến chết. Nếu Ngài đổ mồ hôi như giọt máu khi *nghĩ* đến việc Đức Chúa Trời từ bỏ (Lu 22:44), thì sẽ như thế nào khi trải qua điều đó? Chẳng phải việc Đức Chúa Trời cất bỏ tình yêu dành cho Chúa Giê-xu, lấy ô-xy ra khỏi phổi Ngài, đã giết chết Ngài sao? Ai có thể giữ tinh thần được vững vàng khi phải uống trọn điều đáng dành cho dân Chúa? Warfield đã viết "Trong sự hiện diễn của nỗi thống khổ về tinh thần này, thì những sự tra tấn thể xác của thập tự giá chỉ làm nền mà thôi và chúng ta có lý khi tin rằng Chúa của mình, dù đã chết trên thập tự giá, nhưng không chết vì thập tự giá, mà như chúng ta thường nói, chết vì tấm lòng tan vỡ"[2]. Chính sự đau đớn trong lòng lấn át điều mà thân thể vật lý của Ngài có thể chịu đựng.

Học giả Tân Ước Richard Bauckham ghi nhận rằng trong khi Thi Thiên 22:1 ("Đức Chúa Trời của con ôi! Đức Chúa Trời của con ôi! Sao Ngài từ bỏ con?") ban đầu được viết bằng tiếng Hê-bơ-rơ, nhưng Chúa Giê-xu đã nói câu này bằng tiếng A-ram và vì vậy, cá nhân Ngài đang biến câu này thành câu của riêng Ngài.[3] Chúa Giê-xu không chỉ lặp lại kinh nghiệm của Đa-vít hàng ngàn năm trước như một cách thuận tiện để diễn đạt tính tương đồng. Thay vào đó, mỗi tiếng kêu đau đớn trong Thi Thiên 22:1 suốt nhiều thiên niên kỷ đang được tóm tắt lại, được ứng nghiệm và trở nên sâu sắc hơn qua Chúa Giê-xu. Tiếng kêu của Ngài là Thi Thiên 22:1 đích thực còn tiếng kêu của chúng ta là hình bóng. Là dân sự Đức Chúa Trời, mọi *cảm xúc* bị khước từ của chúng ta

[2]B. B. Warfield, *The Person and Work of Christ* (Oxford, UK: Benediction Classics, 2015), 133.

[3]Richard Bauckham, *Jesus and the God of Israel:* God Cruxified *and Other Studies on the New Testament's Christoloty of Divine Identity* (Grand Rapids, MI: Eerdmans, 2008), 255–56.

đều được đong qua cái phễu là tấm lòng của một con người thật sự
trong một khoảnh khắc kinh hoàng đau đớn tại Gô-gô-tha, một sự từ
bỏ thật sự.

Ai có thể vượt qua được dưới hoàn cảnh đó? Ai sẽ không kêu lên rồi
im bặt?

Khi mối giao thông với Đức Chúa Trời là ô-xy của con người, là thịt
thà, là nước uống của con người, suốt cuộc đời người ấy, mà không giây
phút nào bị tội lỗi làm cho gián đoạn – đột ngột mang lấy sức nặng
không thể diễn tả của mọi tội lỗi của chúng ta ư? Ai mà sống sót nổi?
Đánh mất chiều sâu của mối giao thông đó tức *là* chết. Tình yêu lớn
ngay trung tâm vũ trụ đang bị xé làm hai. Ánh sáng của thế giới đang
tắt dần.[4] Và khi trút cơn thịnh nộ công bình đó, Đức Chúa Trời không
đánh vào một cây đạo đức trung tính. Ngài đang làm cho Đấng đáng
yêu vỡ ra từng mảnh. Vẻ đẹp và lòng nhân từ của chính Ngài đang bị
làm cho xấu xí và bị phỉ báng. "Bị Đức Chúa Trời đánh, đập..." (Ê-sai
53:4).

Để rồi những người xấu xí chúng ta có thể được tự do để trở nên
xinh đẹp, được tha thứ, được làm cho dịu lại. Thiên đàng của chúng ta
có được nhờ địa ngục của Ngài. Chúng ta được bước vào Tình Yêu nhờ
Ngài đánh mất tình yêu ấy.

Đây là ý nghĩa của việc yêu cho đến cùng. Đi qua nỗi kinh hoàng
của thập tự giá và uống cạn dòng nước tội lỗi bẩn thỉu hàng thế kỷ, tất
cả những điều ghê tởm đối với cả con mắt chúng ta.

---

[4]Điều này không có nghĩa là Con đã tuyệt đối mất đi tình yêu của Cha; Ba Ngôi
không thể bị phá vỡ theo ý nghĩa đó. Và dù có ba thân vị, thì đây vẫn là một Đức
Chúa Trời, vì vậy chúng ta phải cẩn thận khi nói về mối liên hệ giữa Cha và Con.
Phải nói rằng kinh nghiệm của Con *trong cương vị một con người thật sự* và thay thế
cho mọi người được chọn, là mất đi nhận thức về tình yêu của Đức Chúa Trời và mất
đi một kênh giao thông mở rộng từng trải qua với Cha. Về vấn đề này, xem Francis
Turretin's *Institute of Elenctic Theology*, 3 vols., trans. G. M. Giger, ed. J. T. Dennison
(Phillipsburg, NJ: P & R, 1997), đề tài thứ mười bốn (trong quyển 2) trong quyển có
tựa "The Mediatorial Office of Christ", trong đó Turretin giải thích thập tự giá là sự
đánh mất kinh nghiệm về tình yêu của Cha, nhưng không tuyệt đối mất đi tình yêu
của Cha. Theo sát ngôn ngữ của câu chuyện Thương Khó, việc bị từ bỏ trên thập tự
giá phải được hiểu trước hết là Đức Chúa Trời từ bỏ Chúa Giê-xu (đại diện cho nhân
loại tội lỗi), không phải Cha từ bỏ Con thiên thượng.

Nhưng tại sao Ngài phải trải qua điều này? Tại sao Ngài bước vào nỗi kinh hoàng của bản án của địa ngục khi Ngài là người duy nhất không đáng bị như vậy?

Bản văn cho chúng ta biết "Ngài đã yêu thương những người thuộc về mình... thì cứ yêu thương cho đến cùng". Bunyan dẫn chúng ta vào cách vận hành của tình yêu này:

> Thật bình thường khi những người ngang hàng với nhau yêu nhau và những người thượng cấp được yêu mến; nhưng để Vua các vua, để Con Đức Chúa Trời, để Chúa Giê-xu Christ yêu con người như thế thì đây là việc lạ lùng và càng lạ lùng hơn nữa khi con người, đối tượng tình yêu của Ngài, thật thấp hèn, thật kém cỏi, thật bại hoại, thật không xứng đáng và thật nhỏ bé, theo như Kinh thánh mô tả.
>
> Ngài được gọi là Đức Chúa Trời, Vua vinh hiển. Còn những con người Ngài yêu thì được gọi là người có tội, tội nhân, kẻ thù, tro bụi, con bọ, con trùng, bóng tối, hơi nước, hèn hạ, bẩn thỉu, tội lỗi, ô uế, người ngu dại bất kính, người điên. Và giờ đây ta chẳng tự hỏi và ta chẳng xúc động khi nói rằng: Vậy mà Ngài vẫn đoái xem đến một kẻ như vậy sao? Ta lại chẳng càng tự hỏi và xúc động bội phần khi Ngài khao khát chúng ta sao? Tình yêu trong Ngài là điều thiết yếu đối với bản thể của Ngài. Đức Chúa Trời là tình yêu; Đấng Christ là Đức Chúa Trời; do đó Đấng Christ là tình yêu, *yêu một cách tự nhiên*. Ngài cũng sẽ thôi không hiện hữu khi Ngài thôi không yêu...
>
> Tình yêu của Đấng Christ không đòi hỏi đối tượng được yêu phải đẹp. Tình yêu đó có thể tự thân hành động mà không cần các kiểu điều kiện lệ thuộc nào cả. Cứu Chúa Giê-xu rất muốn yêu thương họ.[5]

Chú ý cách Bunyan nói tình yêu của Đấng Christ là chuyện Ngài khao khát chúng ta. Khi sứ đồ Giăng nói với chúng ta rằng Chúa Giê-xu yêu những người thuộc về Ngài cho đến cùng, Giăng đang kéo bức màn lùi lại để chúng ta nhìn kỹ vào chiều sâu bản chất của Chúa Giê-xu. Tấm lòng của Ngài dành cho những người thuộc về Ngài không giống như mũi tên, bắn ra nhanh nhưng mau chóng rơi xuống đất; hay như người đang chạy, nhanh chóng ra khỏi cửa rồi chậm lại và vấp ngã ngay. Lòng Ngài như ngọn thác, theo thời gian càng có đà; như chất cháy, càng lan ra càng mạnh hơn.

---

[5]Bunyan, *Works*, 2:16–17; nhấn mạnh theo nguyên văn.

Nhưng điều này không phải là bản chất của Chúa dành cho tất cả mọi đối tượng không phân biệt ai. Câu Kinh thánh nói Ngài yêu cho đến cùng "người thuộc về Ngài." Đây là cụm từ được dùng xuyên suốt sách Giăng để chỉ về các môn đồ thật của Đấng Christ, con cái Đức Chúa Trời. Ví dụ, trong Giăng 10, Chúa Giê-xu nói những người theo Ngài là chiên của Ngài và Ngài "gọi tên chiên *mình*" (câu 3). Với những người không thuộc về Ngài, thì Chúa Giê-xu là vị thẩm phán đáng sợ, là Đấng mà không ai hay điều gì có thể làm dịu bớt hoặc làm nguôi cơn thịnh nộ của Ngài; Kinh thánh dạy rằng một ngày kia Chúa Giê-xu sẽ "từ trời hiện đến giữa ngọn lửa hừng, với các thiên sứ đầy uy lực của Ngài, trừng phạt những kẻ không chịu nhận biết Đức Chúa Trời và không vâng phục Tin Lành của Chúa chúng ta là Đức Chúa Giê-xu Christ (2 Tê 1:7–8). Phân đoạn Kinh thánh đó nói tiếp rằng những người không thuộc về Đấng Christ "sẽ chịu hình phạt huỷ diệt đời đời" (1:9).

Nhưng với người thuộc về Ngài, thì chính Chúa Giê-xu chịu đựng hình phạt đó. Ngài khao khát người thuộc về Ngài. Họ là của Ngài. Owen đã viết: "Không tín hữu nào là thấp kém nhất, yếu đuối nhất, nghèo nàn nhất, nhưng Đấng Christ xem người ấy là quý giá hơn cả thế giới"[6].

Đấng Christ yêu kẻ thuộc về Ngài đến tận lúc chết. Điều đó có nghĩa là gì đối với bạn? Trước nhất, nó có nghĩa là tương lai bạn được bảo đảm. Nếu bạn thuộc về Ngài, thì thiên đàng và sự an ủi đang đến, vì không ai có thể làm cho bạn không còn thuộc về Ngài. Chính Ngài đã khiến bạn thuộc riêng về Ngài, thì bạn không thể vặn vẹo để thoát ra được.

Thứ hai, điều này có nghĩa là Ngài sẽ yêu *bạn* cho đến cùng. Nhờ sự chết của Ngài, không chỉ tương lai bạn được bảo đảm mà hiện tại của bạn cũng được an toàn, được vững an trong lòng Ngài. Ngài sẽ yêu bạn cho đến cùng vì Ngài không thể chịu được việc làm ngược lại. Không chiến lược tìm được ra. Không hôn ước. Ngài sẽ yêu bạn cho đến cuối

---

[6]John Owen, *Communion with God* (Fearn, Scotland: Christian Heritage, 2012), 218.

cùng – "đến cuối cuộc đời họ, đến tận cùng tội lỗi của họ, đến tận cùng những cám dỗ, đến tận cùng của nỗi sợ hãi"[7].

---

[7]John Bunyan, *The Work of Jesus Christ as an Advocate*, in *Works*, 1:201.

Chương 23

Được Chôn Giữ Trong Lòng Ngài Mãi Mãi

...để tỏ bày cho các đời sắp đến biết sự phong phú vô hạn của ân điển Ngài qua sự nhân từ của Ngài đối với chúng ta.

Ê-phê-sô 2:7

Ý nghĩa của mọi sự là gì? *Telos*, mục đích, lý do và mục tiêu to lớn cho cuộc đời bình thường, nhỏ bé của chúng ta là gì?

Nếu câu trả lời là: "để tôn vinh Chúa" thì chúng ta đang đứng trên một cái nền vững chắc, đúng theo Kinh yhánh lẫn đúng trên phương diện lịch sử.

Rốt cục, thì còn lại gì? Chúng ta là những mảnh ghép nghệ thuật, được thiết kế thật đẹp đẽ, vì thế thu hút sự chú ý của người nghệ sĩ. Chúng ta được tạo nên hoàn toàn không vì mục đích gì khác. Khi chúng ta sống làm vinh hiển danh Chúa là chúng ta bước vào lối sống duy nhất và đích thực của con người. Chúng ta vận hành đúng như thiết kế, giống như xe hơi chạy bằng dầu thay vì bằng nước cam. Và trên hết, có lối sống nào đem lại sự vui thích hơn thế? Sự khổ ải của cái tôi làm chúng ta kiệt sức làm sao! Sống cho nhau làm chúng ta vui thỏa và đầy sinh lực làm sao!

Nhưng nếu mục tiêu cuối cùng của cuộc đời chúng ta là tôn vinh Chúa, thì làm sao để làm được điều đó? Nói cách khác, nếu chúng ta đồng ý với nhau về mục đích của cuộc đời mình, thì chúng ta cũng có thể nào đồng ý với nhau về "phương cách" đạt được mục đích đó không? Chúng ta làm cho Đức Chúa Trời được tôn vinh bằng những cách nào? Và trong cõi đời đời, Đức Chúa Trời sẽ được vinh hiển mãi mãi như thế nào?

Một trong những cách làm cho Chúa được vinh hiển là vâng lời Ngài, không cho rằng chúng ta biết rõ nhất mà tin cậy rằng đường lối Ngài là con đường sự sống. Kinh thánh kêu gọi chúng ta sống cách "đáng tôn trọng" giữa những người chưa tin "để... họ vẫn thấy được việc lành của anh em và tôn vinh Đức Chúa Trời" (1 Phi 2:12).

Trong chương cuối cùng của phần nghiên cứu về tấm lòng Đấng Christ, tôi muốn xem xét một cách khác mà chúng ta có thể tôn vinh Đức Chúa Trời và sẽ mãi mãi tôn vinh Ngài. Jonathan Edwards sẽ là người hướng dẫn chúng ta.

Trong bài giảng vào cuối đời, Jonathan Edwards giảng rằng: "Việc tạo dựng thế giới dường như đặc biệt là bởi vì mục đích này..." – bây giờ, bạn hoàn tất câu trên như thế nào? Edwards nói như vầy:

> Việc tạo dựng thế giới dường như đặc biệt là vì mục đích này, đó là Con đời đời của Đức Chúa Trời có thể tìm được người phối ngẫu, người mà Ngài có thể sử dụng trọn vẹn lòng nhân từ vô hạn của bản chất Ngài và người mà Ngài có thể cởi mở và tuôn đổ tất cả nguồn ân điển, yêu thương và hạ mình mênh mông trong lòng Ngài ra và đó là cách Đức Chúa Trời có thể được tôn vinh.[1]

Nếu bạn biết rõ Edwards, thì chắc chắn bạn biết rằng một trong những ý chính vang rền trong chức vụ và tác phẩm của ông là sự vinh hiển của Đức Chúa Trời. Ông là nhà tư tưởng lấy Đức Chúa Trời làm trọng tâm cách triệt để và rõ ràng. Ông viết một luận án tiêu đề *Mục Đích Đức Chúa Trời Tạo Dựng Thế Giới*, trong đó ông lập luận ủng hộ chỉ một ý này, đó là thế giới hiện hữu vì sự vinh hiển của Đức Chúa Trời.

---

[1]Jonathan Edwards, "The Church's Marriage to her Son, and to Her God", trong *The Works of Jonathan Edwards*, vol. 25, *Sermons and Discourses, 1743–1758*, ed. Wilson H. Kimnach (New Haven, CT: Yale University Press, 2006), 187. Edwards nói điều tương tự trong *Notes on Scripture* sau khi trích dẫn Ê-sai 62:5. *The Works of Jonathan Edwards*, vol. 15, *Notes on Scripture*, ed. Steven J. Stein (New Haven, CT: Yale University Press, 1998), 187.

Nhưng đôi lúc chúng ta ít để ý đến việc điều này xảy ra *bằng cách nào*. Câu trích trên là lời phát biểu tiêu biểu. Đức Chúa Trời dựng nên thế giới để lòng Con Ngài có một lối thoát. Ngày nay, chúng ta không sử dụng từ ngữ *lòng nhân đức* nhiều; từ này có nghĩa là tâm tính tử tế và hiền lành, một cuộn dây thương xót được thu lại sẵn sàng bung ra. Hãy tưởng tượng một dòng sông bị ngăn lại, bị bịt lại, bị ứ, sẵn sàng vỡ tung - đó là đức nhân từ trong lòng Đấng Christ. Ngài vô cùng rộng lượng và lịch sử con người là cơ hội để Ngài "mở ra và tuôn đổ nguồn của sự hạ mình, yêu thương và ân điển vô hạn". Việc tạo dựng thế giới và sự sa ngã vào tội lỗi đầy tai hại đòi hỏi công tác tái tạo và tấm lòng rộng mở của Đấng Christ. Và cơn lũ yêu thương của Đấng Christ là cách vinh hiển của Đức Chúa Trời càng được chiếu sáng thêm lên và rực rỡ hơn bao giờ hết.

Sự cất lên về mặt hôn nhân giữa Đấng Christ và nàng dâu của Ngài được bắt đầu trong đời này, với phạm vi tương đối nhỏ so với kinh nghiệm của chúng ta. Nhưng sự hiệp nhất cuối cùng giữa Đấng Christ với nàng dâu của Ngài xảy ra ở chính phần kết của Kinh thánh, khi thiên đàng xuống trần gian, "chuẩn bị sẵn như cô dâu trang điểm chờ chồng mình" (Khải 21:2). Trong cõi đời đời, chúng ta sẽ vui hưởng vinh quang của Đức Chúa Trời - nhưng (lại nhưng) bằng cách nào? Câu trả lời là: Vinh quang của Đấng Christ được nhìn thấy và được tận hưởng cách vượt trội qua tình yêu của Ngài dành cho tội nhân.

Vị giáo sĩ truyền giáo cho thổ dân châu Mỹ, David Brainerd, đã qua đời trong nhà Edwards tại miền Tây Massachusetts vào tháng 10 năm 1747. Jonathan Edwards đã giảng trong tang lễ của ông. Suy ngẫm về việc được thấy Đấng Christ trong đời sau, Edwards nói: "Bản chất sự vinh hiển của Đấng Christ mà họ sẽ thấy là vinh hiển thu hút và khích lệ họ, vì họ sẽ không chỉ thấy sự oai nghi và vĩ đại vô hạn của Ngài, mà còn thấy ân điển, sự hạ mình, dịu dàng vô hạn cùng với sự nhu mì và ngọt ngào tương ứng với sự oai nghi vô cùng ấy của Ngài". Kết quả là, "việc nhìn thấy vẻ oai nghi vĩ đại của Vua Christ sẽ không khiến họ kinh khiếp, mà chỉ càng làm họ thêm thích thú và ngạc nhiên mà thôi". Cụ thể hơn là:

> Linh hồn của các thánh đã về với Đấng Christ trên thiên đàng sẽ thấy Đấng Christ như đã được bày tỏ cho họ, phô diễn sự giàu có vô hạn

của tình yêu đối dành cho họ đã có từ trước vô cùng... Họ sẽ ăn uống dư dật, và bơi lội trong đại dương yêu thương, rồi được nuốt chửng mãi mãi trong những tia sáng rực rỡ vô hạn, hết sức ngọt ngào và nhẹ nhàng của tình yêu thiên thượng.[2]

Tạo dựng thế giới là để cho lòng nhân từ của Đấng Christ được dễ dàng tuôn đổ. Và niềm vui của thiên đàng là chúng ta sẽ vui hưởng tấm lòng tự do và nguyên vẹn đó mãi mãi.

———

Nhưng điều này có đúng với Kinh thánh không?

Ngay từ đầu trong nghiên cứu này, chúng ta đã xem xét cụm từ "giàu lòng thương xót" ở Ê-phê-sô 2:4. Bạn có bao giờ dừng lại để theo dõi Phao-lô nói ở cuối câu Kinh thánh dài đó (câu 7) lý do tối hậu cho sự cứu rỗi của chúng ta là gì không? Sau khi mô tả tình trạng khó khăn tuyệt vọng của chúng ta nếu để chúng ta tự dựa vào sức riêng, thì nó trình bày như sau:

> Nhưng Đức Chúa Trời, là Đấng giàu lòng thương xót, vì yêu chúng ta bằng tình yêu cao cả, nên ngay khi chúng ta đã chết vì những vi phạm thì Ngài khiến chúng ta cùng sống với Đấng Christ - ấy là nhờ ân điển mà anh em được cứu - và trong Đấng Christ Jesus, Đức Chúa Trời đã khiến chúng ta đồng sống lại và đồng ngồi với Ngài ở các nơi trên trời, để tỏ bày cho các đời sắp đến biết sự phong phú vô hạn của ân điển Ngài qua sự nhân từ của Ngài đối với chúng ta trong Đấng Christ Giê-xu.

Mục đích của việc sống đời đời không hồi kết trong trời mới đất mới là Đức Chúa Trời "bày tỏ sự phong phú vô hạn của ân điển Ngài qua sự nhân từ của Ngài đối với chúng ta trong Đấng Christ Giê-xu."

Chúng ta đây. Chỉ là những người bình thường, lo lắng tìm lối đi trong đời, phạm tội rồi đau khổ, lang thang rồi quay về, hối tiếc rồi thất vọng, liên tục trôi giạt ra khỏi ý nghĩa cốt lõi của những gì chúng ta sẽ vui hưởng mãi mãi nếu ở trong Đấng Christ.

---

[2]Jonathan Edwards, "True Saints, When Absent From the Body, Are Present With the Lord," trong *Works*, 25:233.

Bản văn như Ê-phê-sô 2:7 có thật sự có mối liên hệ nào với cuộc sống thực của ta không? *Hay chỉ dành cho các nhà thần học?*

Để kết thúc nghiên cứu về tấm lòng của Đấng Christ, tôi muốn nấn ná thêm ở Ê-phê-sô 2:7 và suy ngẫm cách đúng đắn chúng ta được giải phóng để nhận được điều gì đó qua bản văn ngắn này, phản chiếu trọn vẹn sự dạy dỗ của Kinh thánh về tương lai chúng ta cách bao quát hơn.

"Để tỏ bày cho các đời sắp đến biết sự phong phú vô hạn của ân điển Ngài qua sự nhân từ của Ngài đối với chúng ta trong Đấng Christ Giê-xu" - điều này đối với những người ở trong Đấng Christ có nghĩa là gì? Nó có nghĩa là một ngày kia Đức Chúa Trời sẽ dẫn chúng ta bước xuyên qua cái tủ áo để bước vào Narnia và ta sẽ đứng đó, bất động vì vui mừng, sửng sốt, ngạc nhiên và nhẹ nhõm.

Nó có nghĩa là khi ta đứng đó, ta sẽ không bao giờ bị trách mắng vì tội lỗi phạm trong đời này, không bao giờ bị nhìn với ánh mắt ngờ vực và không bao giờ phải nghe nói "Hãy hưởng thụ đi, nhưng phải nhớ rằng ngươi không xứng đáng đâu". Mục đích của thiên đàng và cõi đời đời là vui hưởng "ân điển của Ngài bày tỏ qua sự nhân từ". Và nếu mục đích của thiên đàng là để tỏ bày sự phong phú vô hạn của ân điển Ngài qua sự nhân từ của Ngài thì chúng ta được an toàn, vì điều mà ta lo rằng sẽ ngăn chúng ta bước vào - tức là tội lỗi - chỉ có thể làm tăng thêm ân điển và sự nhân từ của Đức Chúa Trời mà thôi.

Nó có nghĩa là tình trạng sa ngã của chúng ta giờ đây không phải là rào cản của việc vui hưởng thiên đàng. Mà đó là yếu tố chính để tận hưởng thiên đàng. Cho dù ta có làm cho cuộc đời mình trở nên nhơ bẩn thế nào đi nữa - thì đó cũng vẫn là một phần của vinh quang, sự thanh thản và của ánh sáng rực rỡ. Điều ta đã làm khiến cuộc đời ta tan nát chính là chỗ Đức Chúa Trời qua Đấng Christ trở nên thực tế hơn bao giờ hết trong đời này và tuyệt vời hơn nữa trong đời sau. (Và những ai trong chúng ta khá sạch thì một ngày kia sẽ vào đó và nhận ra hơn lúc nào hết tội lỗi, sự công bình riêng, sự kiêu ngạo cùng mọi kiểu cố tình nổi loạn ăn sâu vào bản chất ta như thế nào và bằng cách nào mà *tất cả những điều đó* làm cho ân điển của Đức Chúa Trời qua sự nhân từ càng vươn cao và ta cũng sẽ đứng đó kinh ngạc trước tấm lòng bao la của Ngài dành cho ta.)

Nếu ân điển Ngài bày tỏ qua sự nhân từ là "vô hạn", thì những thất bại của ta không bao giờ vượt xa hơn ân điển Ngài. Những lúc ta cảm thấy hoàn toàn bị cuộc đời chôn vùi là lúc tấm lòng của Đức Chúa Trời sống động. Những chiếc túi thất bại và nuối tiếc ám ảnh chúng ta nhất là chỗ thu hút tấm lòng của Ngài cách bền bỉ nhất.

Nếu ân điển của Ngài bày tỏ qua sự nhân từ là *"phong phú vô hạn"* - trái ngược với ân huệ có thể đo lường được - thì tội lỗi của ta chẳng bao giờ có thể khiến Ngài hết yêu chúng ta. Ngược lại, càng yếu đuối và thất bại, thì lòng Ngài càng đến gần với những kẻ thuộc về Ngài.

Ê-phê-sô 2:7 không chỉ nói "sự phong phú vô hạn của ân điển Ngài" mà còn nói "sự phong phú vô hạn của ân điển Ngài *qua sự nhân từ*". Từ liệu Hy Lạp *nhân từ* có nghĩa là mong ước làm những việc trong khả năng để ngăn không gây khó chịu cho người khác. Đó cũng là từ được dùng trong Ma-thi-ơ 11:30, ở đó Chúa Giê-xu nói "ách Ta *dễ chịu*". Ách của Ngài nhân từ. Nói về "sự nhân từ" ở Ê-phê-sô 2:7, Goodwin nhận xét "từ này ở đây ngụ ý mọi sự ngọt ngào, mọi sự vô tư và mọi sự thân thiện, mọi sự chân thành, mọi sự tốt lành và với cả tấm lòng của Ngài"[3].

Ân điển Ngài qua sự nhân từ "đối cùng chúng ta". Bạn có thể dịch là "dành cho chúng ta" hay thậm chí "trên chúng ta". Đây là việc cá nhân. Không trừu tượng. Tấm lòng của Ngài, suy nghĩ Ngài, bây giờ và cho đến cõi đời đời, đều *hướng về chúng ta*. Ân điển Ngài không phải là thứ chúng ta phải nghĩ cách bước vào. Ngài ban ân điển cho chúng ta, cách riêng tư và cá nhân, vĩnh viễn. Thật vậy, Ngài sai chính Ngài đến. Ngài không ban ân điển cách trừu tượng nhưng ban ân điển qua chính Đấng Christ. Đó là lý do Phao-lô lập tức thêm vào "trong Đấng Christ Giê-xu".

Nói đến "Đấng Christ Giê-xu", bạn có nhận ra bản chất thật của mình là gì nếu bạn *ở trong Đấng Christ* không? Những người được liên hiệp với Ngài được hứa rằng tất cả những tuyệt vọng đau khổ ám ảnh ảnh hưởng đến mọi thứ - mọi mối liên hệ, mọi cuộc trò chuyện, mọi gia đình, mọi thư điện tử, mọi sự đánh thức ý thức vào buổi sáng, mọi

---

[3]Thomas Goodwin, *The Works of Thomas Goodwin*, 12 quyển (repr., Grand Rapids, MI: Reformation Heritage, 2006), 2:277.

công việc, mọi kỳ nghỉ - mọi điều - một ngày kia sẽ được tua lại và đảo ngược. Càng kinh qua đau đớn và tăm tối trong đời này, thì càng kinh nghiệm sự rực rỡ và sự nhẹ lòng trong đời sau. Như một nhân vật có nói trong tác phẩm của C. S. Lewis *The Great Divorce*, phản chiếu lời dạy của Kinh thánh: "Đó là điều con người hiểu sai. Con người thường nói về sự đau khổ tạm bợ nào đó rằng 'không có niềm hạnh phúc nào trong tương lai có thể bù đắp nổi', mà không biết rằng Thiên đàng, một khi đã có được, sẽ vận hành ngược về sau, thậm chí khiến nỗi đau đó trở thành vinh quang"[4]. Nếu bạn ở trong Đấng Christ, bạn được an toàn vĩnh viễn. Phân đoạn này nói đến việc Đức Chúa Trời làm cho người chết sống lại, không phải giúp đỡ người bị thương. Và làm thế nào Ngài khiến chúng ta sống lại? Theo John Owen, "Ngài yêu mến sự sống trong chúng ta"[5]. Năng quyền phục sinh tuôn chảy vào các thi hài chính là tình yêu thương.

Ê-phê-sô 2:7 cho bạn biết rằng sự chết của bạn không phải là chấm hết mà là sự bắt đầu. Đó không phải bức tường mà là cánh cửa. Đó không phải lối thoát, mà là cổng vào.

Mục đích của toàn bộ lịch sử nhân loại và bản thân cõi đời đời là chỉ ra điều không thể chỉ ra một cách đầy đủ. Để minh chứng cho điều không thể minh chứng một cách thỏa đáng. Trong đời sau, chúng ta sẽ bước sâu hơn bao giờ hết vào trong ân điển của Đức Chúa Trời qua sự nhân từ Ngài, vào trong chính tấm lòng của Ngài. Càng hiểu lòng Ngài, thì chúng ta sẽ càng thấy tấm lòng Ngài vượt xa sự hiểu biết của chúng ta. Lòng Ngài là vô hạn.

Với những người không ở trong Đấng Christ, cuộc đời này là điều tốt nhất họ có được. Với những ai ở trong Đấng Christ, với những người mà Ê-phê-sô 2:7 là viễn cảnh đời đời ngay sau ngã rẽ tiếp theo, thì cuộc đời này là thứ tồi tệ nhất họ có.

> Vào buổi sáng phục sinh đó, khi Mặt trời Công chính xuất hiện trên các tầng trời, chiếu ra muôn tia sáng và vinh quang Ngài, thì Ngài sẽ đến như một chàng rể; Ngài sẽ đến trong vinh quang của Cha Ngài, với tất cả thiên sứ thánh.

---

[4]C. S. Lewis, *The Great Divorce* (New York: Harper Collins, 2001), 69.

[5]John Owen, *On Communion with God*, trong *The Works of John Owen*, ed. W. H. Goold (repr., Edinburgh: Banner of Truth, 1965), 2:63.

Đó thật sự sẽ là buổi gặp mặt đầy vui sướng giữa chàng rể vinh hiển rực rỡ và nàng dâu. Rồi chàng rể sẽ xuất hiện với mọi vinh quang tỏ tường: các vị thánh sẽ chiếu sáng như mặt trời trong vương quốc của Cha, và bên hữu của Đấng Cứu chuộc họ.

Rồi sẽ đến lúc Đấng Christ ngọt ngào mời gọi người bạn đời của Ngài cùng Ngài bước vào cung điện vinh quang, mà Ngài đã chuẩn bị cho nàng từ khi tạo dựng trời đất và sẽ cầm tay nàng, rồi dẫn nàng đi vào, có thể nói như vậy: chàng rể và nàng dâu rạng rỡ này cùng với mọi trang sức lấp lánh, sẽ cùng nhau đi lên trời của các tầng trời, toàn thể đám đông thiên sứ vinh hiển đang chờ họ và con trai cùng con gái Đức Chúa Trời sẽ cùng trình diện trước Cha, trong vinh quang và niềm vui hiệp nhất; khi Đấng Christ phán: "Con đã đến cùng với các con cái mà Cha đã giao cho Con": và cả hai sẽ cùng nhau nhận lãnh phước lành của Cha trong mối liên hệ và sự hiệp nhất đó và từ đó sẽ cùng nhau hân hoan vui mừng trong vinh quang đời đời, không thay đổi, liên tục và tuyệt vời, trong tình yêu và sự thân mật với nhau, cùng nhau vui hưởng tình yêu của Cha.[6]

---

[6]Jonathan Edwards, "The Church's Marriage to Her Sons, and to Her God", trong *The Works of Jonathan Edwards*, vol. 25, *Sermons and Discourse*, 1743- 1758, ed. Wilson H. Kimnach (New Haven, CT: Yale Universiy Press, 2006), 183–84.

Lời Kết

Còn bây giờ thì sao?

Đây là quyển sách nói về tấm lòng của Đấng Christ và của Đức Chúa Trời. Nhưng ta phải làm gì khi biết điều này?

Câu trả lời chính là chẳng làm gì cả. Đặt câu hỏi "Bây giờ làm thế nào để tôi áp dụng điều này vào đời sống?" Là làm cho mục đích của nghiên cứu này trở nên tầm thường. Nếu một người Eskimo đi nghỉ ở một nơi đầy nắng, người ấy không vào phòng của mình trong khách sạn, bước ra ban công và tự hỏi làm sao để đem những thứ này vào cuộc đời mình. Người ấy chỉ cần tận hưởng nó. Người ấy chỉ ở đó tắm nắng.

Nhưng có một điều chúng ta cần làm. Chúa Giê-xu nói điều đó trong Ma-thi-ơ 11:28.

"Hãy đến cùng ta!"

Tại sao chúng ta không làm điều này? Goodwin cho chúng ta biết. Đây là toàn bộ mục đích khi ta nghiên cứu về Chúa Giê-xu:

> Điều ngăn cản con người là việc họ không biết tấm lòng và suy nghĩ của Đấng Christ... Sự thật đó là Ngài vui về chúng ta hơn chúng ta vui về Ngài. Cha của người con hoang đàng là người bày tỏ niềm vui của việc gặp lại con mình đó trước người con trai Bạn thấy không? Đấng từ thiên đàng xuống, cũng chính Ngài đã phán qua câu Kinh thánh đó, để chết thay bạn, sẽ sẵn sàng chạy ra trước để đón bạn, như cha của người con hoang đàng đã làm...Vậy nên, hãy đến với Ngài. Nếu bạn hiểu lòng Ngài, thì bạn sẽ đến cùng Ngài.[7]

Hãy đến với Ngài. Nó có nghĩa là hãy mở lòng ra với Ngài. Hãy để Ngài yêu thương bạn. Đời sống Cơ Đốc rút lại còn hai bước:

1. Đến với Chúa Giê-xu.

---

[7]Thomas Goodwin, *Encouragements to Faith*, trong *The Works of Thomas Goodwin*, 12 vols. (repr., Grand Rapids, MI: Reformation Heritage, 2006), 4:223–24.

2. Xem lại bước 1.

Cho dù xung quanh trong cuộc đời bạn điều gì đang sụp đổ, vỡ vụn đi nữa, cho dù bạn cảm thấy mắc kẹt ở đâu đi nữa, thì điều này vẫn còn hoài và không thể chệch hướng: lòng Ngài dành cho bạn – cho con người thật của bạn - là lòng nhu mì và khiêm nhường. Vì vậy, hãy đến với Ngài. Chỗ nào trong cuộc đời bạn cảm thấy thất bại nhất, thì Ngài ở đó; Ngài sống ở đó, ngay ở đó và lòng Ngài dành cho bạn trong chính chỗ tăm tối đó, là lòng nhu mì và khiêm nhường.

Nỗi thống khổ của bạn là nhà của Ngài. Hãy đến với Ngài.

"Nếu bạn hiểu lòng Ngài, bạn sẽ đến"[8].

---

[8]Goodwin, *Works of Thomas Goodwin*, 4:223.

Lời Cám Ơn

Nếu không có những con người sau đây đã không có quyển sách này.

Stacey, vợ tôi. Em "trang điểm con người bề trong thầm kín bằng vẻ đẹp không phai tàn của tinh thần dịu dàng, yên lặng" (1 Phi 3:4).

Eric và Gavin, anh em của tôi, những người duy nhất biết tội lỗi và những tranh chiến của tôi mà vẫn yêu thương tôi. "...A-rôn và Hu-rơ đứng hai bên, mỗi người một phía, đỡ tay ông lên" (Xuất 17:12).

Ray, bố tôi, cuộc đời và sự giảng dạy của ông đã khiến tôi tin chắc vào tấm lòng của Chúa Giê-xu. "Hãy nghe lời cha đã sinh ra con" (Châm 23:22).

Drew Hunter, người cùng tôi đọc Goodwin hơn chục năm qua, nhắn tin cho nhau khi tìm được những câu trích về tấm lòng của Đấng Christ, rồi cùng nhau kinh ngạc. "Không có ai đồng tâm tình với tôi như..." (Phil 2:20).

Mike Reeves, người đã giới thiệu Thomas Goodwin cho tôi, chức vụ của anh phản chiếu chính nhịp đập của Goodwin. Anh làm cho sự phong phú của lịch sử hội thánh ảnh hưởng đến chúng ta ngày hôm nay. "Những thầy thông giáo đã học biết về vương quốc thiên đàng, cũng giống như chủ nhà kia, đem những vật mới lẫn cũ ra khỏi kho báu mình" (Mat 13:52).

Art Wittmann, ông bố 35 tuổi cùng tôi trên các nẻo đường đời, người đã giúp tôi tìm thấy hướng đi qua sự cầu nguyện và lòng yêu thương. "Lời khuyên từ đáy lòng bạn bè cũng êm dịu như thế" (Châm 27:9).

Lane Dennis, chủ của tôi, người đã cho tôi thời gian để suy nghĩ và viết lách, người đã sống và lãnh đạo Crossway theo cách cho người ta thấy Đức Chúa Trời thật sự tồn tại. "Mão triều thiên công chính đã dành sẵn cho [anh]" (2 Ti 4:8).

Các đồng nghiệp Crossway như Justin Taylor, Dave DeWit, Lydia Brownback và Don Jones, những người đã khích lệ tôi trong khi viết quyển sách này và chịu trách nhiệm phần biên tập lẫn phát hành. "Những người ấy đã làm tươi tỉnh tinh thần của tôi" (1 Cô 16:18).

Cứu Chúa Giê-xu, Đấng có tấm lòng vĩ đại. Ai có thể tưởng tượng được rằng, Ngài, Đấng được tôn cao nhất, lại là Đấng dịu dàng nhất? Suy ngẫm về tấm lòng nhu mì của Ngài khiến con nhiều lần rơi nước mắt khi viết quyển sách này. Những giọt nước mắt kinh ngạc và nhẹ nhõm. "Ngài là ai?" (Lu 8:25).

Phụ Lục Theo Câu Kinh Thánh